മീരയുടെ നോവലുകൾ:

ആഖ്യാനം, സൗന്ദര്യം, ദർശനം

ഡോ. ജൈനിമോൾ കെ.വി.

കെ. ജനാർദ്ദനന്റെയും കെ. ഭവാനിയുടെയും മകളായി കണ്ണൂർ ജില്ലയിലെ കക്കറയിൽ ജനനം. മലയാള സാഹിത്യത്തിൽ എം.എ, ബി.എഡ് ബിരുദങ്ങൾ. 'കേൾവിയുടെ രാഷ്ട്രീയവും സംസ്കാര നിർമ്മിതിയും: കേരളത്തിലെ സ്വകാര്യ എഫ്.എം റേഡിയോകളെ മുൻ നിർത്തിയുള്ള പഠനം' എന്ന വിഷയത്തിൽ കണ്ണൂർ സർവ്വക ലാശാലയിൽ നിന്നും പിഎച്ച്.ഡി നേടി. മാധ്യമം വിനിമയവും വിചിന്തനവും, ഫിഫ്ത്ത് എസ്റ്റേറ്റ് (എഡിറ്റർ), ജനാധിപത്യവും മാധ്യമങ്ങളും (എഡിറ്റർ), റേഡിയോ ചരിത്രം സംസ്കാരം വർത്തമാനം: ആകാശവാണി മുതൽ സ്വകാര്യ എഫ്എം വരെ, എൻ. പ്രഭാകരൻ: ദേശം ദർശനം രാഷ്ട്രീയം (എഡിറ്റർ), ഗൾഫ് മലയാളം റേഡിയോ ചരിത്രം എന്നീ പുസ്തകങ്ങൾ പ്രസിദ്ധീകരിച്ചു. മാടായി സി.എ.എസ് കോളേജ് മലയാളവിഭാഗത്തിൽ അസിസ്റ്റന്റ് പ്രൊഫസറാണ്.

ജീവിതപങ്കാളി: രമേഷ് (ആർ.ജെ, റേഡിയോ മാംഗോ.)
മക്കൾ: ശിവഗംഗ ആർ. ജൈനി, ശ്രീനിധി ആർ. ജൈനി

വിലാസം:
'ശ്രീഗംഗ'
1 ഡി, എക്സലൻസി അപ്പാർട്ട്മെന്റ്
ഒണ്ടേൻ റോഡ്
കണ്ണൂർ- 01

മീരയുടെ നോവലുകൾ:
ആഖ്യാനം, സൗന്ദര്യം, ദർശനം

പഠനങ്ങൾ

എഡിറ്റർ:
ഡോ. ജൈനിമോൾ കെ.വി.

FEMINGO BOOKS
കോട്ടയം
2023

വില: **250** രൂപ

Meerayude Novelukal Aakhyanam, Soundharyam, Darsanam
Editor: Dr Jainymol K. V.

Malayalam Studies

Published by:-
FEMINGO BOOKS
femingobooks@gmail.com
Ph: 90740 98776, 8301034604

Cover Design:
Maxlab

Printed in India
at Max

Edition:
First Editon January 2024

Price: Rs. 250

ISBN: 978-81-19940-99-8

പ്രസാധകക്കുറിപ്പ്

കെ.ആർ. മീരയുടെ നോവലുകളെ ആഴത്തിൽ അപഗ്രഥിക്കുന്ന ലേഖനങ്ങളുടെ സമാഹാരമാണ് ഈ പുസ്തകം. മലയാളസാഹിത്യ ചരിത്രത്തിൽ കെ.ആർ. മീരയെന്ന പേര് സ്ഥിരപ്രതിഷ്ഠ നേടുന്നത് ആരാച്ചാർ എന്ന കൃതിയിലൂടെയാണ്. തുടർന്ന് പ്രസിദ്ധീകരിക്കപ്പെട്ട ഘാതകനും ഖബറുമൊക്കെ ഇന്നും ഏറ്റവുമധികം വിൽക്കപ്പെടുന്ന കൃതികളാണ്. അവയുടെ പഠനത്തിന് പ്രസക്തി ഏറുകയും ചെയ്യുന്നു. ഈ ഘട്ടത്തിൽ, ഡോ. ജൈനിമോൾ കെ. വി. എഡിറ്റ് ചെയ്ത കെ. ആർ. മീരയുടെ നോവൽ പഠനങ്ങളുടെ സമാഹാരം ഞങ്ങൾ വായനക്കാർക്കായി സമർപ്പിക്കുന്നു.

ദുർഗ മനോജ്
ഫെമിൻഗോ ബുക്സ്

സമർപ്പണം

കെ.ആർ. മീരയുടെ നോവലുകൾക്ക് വ്യത്യസ്ത വായനകളുടെ സമാഹാരമൊരുക്കാൻ കൂട്ടുചേർന്ന പ്രിയ സൗഹൃദങ്ങൾക്ക്...

അകം

മീരയുടെ സ്ത്രീകൾ

ഡോ. ജൈനിമോൾ കെ. വി.

സാഹിത്യരൂപങ്ങളിൽ നോവലും ചെറുകഥയും ജീവിതമെഴുത്തും മലയാളത്തിന്റെ വായനാവിപണിയിൽ സജീവമായ ഒരു കാലഘട്ടമാണിത്. ഈ മാറ്റം പെട്ടെന്നുണ്ടായതല്ല. ഇതിനുപിന്നിൽ പല കാരണങ്ങൾ പ്രവർത്തിക്കുന്നുണ്ട്. പ്രമേയസ്വീകരണത്തിൽ പുലർത്തുന്ന ബഹുസ്വരതയും ആഖ്യാനത്തിലെ വൈവിധ്യവും അതിൽ പ്രധാനമാണ്. ചരിത്രവും രാഷ്ട്രീയവും മാധ്യമം /പരിസ്ഥിതി/ ഭാഷ തുടങ്ങി വിവിധങ്ങളായ സംസ്കാരങ്ങളുടെ പ്രശ്നവൽക്കരണവുമാണ് സമകാലിക നോവലുകളുടെ പ്രമേയപരിസരങ്ങളാവുന്നത്. എം. മുകുന്ദൻ, സാറാജോസഫ്, അംബികാസുതൻ മാങ്ങാട്, സുഭാഷ് ചന്ദ്രൻ തുടങ്ങിയവരുടെ രചനകൾക്കുശേഷം കെ.ആർ. മീര, ബെന്യാമിൻ, വിനോയ് തോമസ്, എസ്. ഹരീഷ്, ടി.ഡി. രാമകൃഷ്ണൻ, ആർ. രാജശ്രീ, ഷിനിലാൽ തുടങ്ങിയ നോവലിസ്റ്റുകൾക്ക് കേരളത്തിലെ വായനാലോകം വൻസ്വീകാര്യതയാണ് നൽകിയിട്ടുള്ളത്.

മലയാളത്തിൽ ശ്രദ്ധേയമായ ധാരാളം സ്ത്രീരചനകൾക്ക് ഈ നൂറ്റാണ്ട് സാക്ഷ്യം വഹിച്ചു. കെ.ആർ മീരയുടെ ആരാച്ചാർ ഉൾപ്പെടെയുള്ള പത്തോളം നോവലുകൾ ഏറെ ചർച്ച ചെയ്യപ്പെട്ടു. തുടക്കകാലം മുതൽ തന്നെ പ്രത്യേക അസ്തിത്വവും വ്യക്തിത്വവും പുലർത്തിയ മീരയുടെ കൃതികൾക്ക് വായനക്കാരുടെ ഹൃദയത്തിൽ അനായാസം ഇടം പിടിക്കാൻ സാധിച്ചു. ശക്തമായ സ്ത്രീപക്ഷ

രാഷ്ട്രീയം മീരയുടെ കൃതികളെ കാലികവും ജനപ്രിയവുമാക്കി മാറ്റി. അവരുടെ എഴുത്തിൽ രൂപപ്പെട്ട ഭാവുകത്വം സമകാലിക ഇന്ത്യൻ ജീവിതത്തിന്റെ സാമൂഹ്യ രാഷ്ട്രീയ ജീവചരിത്രം കൂടിയാണ്. എഴുത്തുകാരിൽ സാമൂഹിക പ്രതിബദ്ധത കുറഞ്ഞുപോകുന്നുവോ എന്ന് ചിന്തിച്ചു തുടങ്ങിയവർക്ക് മീരയുടെ എഴുത്തുകൾ പ്രത്യാശയായിത്തീർന്നു. ചരിത്രബോധവും മാനവികതയും ജാതി വർഗ്ഗ ലിംഗ മേൽക്കോയ്മക്കെതിരെയുള്ള പോരാട്ടങ്ങളും സ്ത്രീ സ്വത്വബോധവും പുത്തൻ മാധ്യമപ്രവണതകളും അടയാളപ്പെടുത്തുന്നവയാണ് മീരയുടെ നോവലുകൾ. ആണഹന്തയും ഇരയായിത്തീരുന്ന സ്ത്രീജീവിതങ്ങളും തമ്മിലുള്ള പോരാട്ടത്തിൽ ഇരയ്ക്ക് കരുത്ത് പകരുന്ന രാഷ്ട്രീയ പ്രത്യയശാസ്ത്രമാണ് മീരയുടെ ആഖ്യാനത്തിൽ മുന്നിട്ടുനിൽക്കുന്നത്.

വില്പനയിൽ മീരയുടെ നോവലുകൾ റെക്കോർഡുകൾ തകർത്തു മുന്നേറുന്നത് ചെറിയ കാര്യമല്ല. പുരുഷൻ കയ്യടക്കി വെച്ച മേഖലയായിരുന്നുവല്ലോ സാഹിത്യം. ആരാച്ചാർ നാല്പത്തിയെട്ടും ഖബർ പതിനെട്ടും പതിപ്പുകൾ പിന്നിട്ടു കഴിഞ്ഞു. പുസ്തക ലേലത്തിലൂടെ ആരാച്ചാറിന്റെ അൻപതിനായിരാമത്തെ കോപ്പി 55000/ ലേലത്തുകയ്ക്കാണ് വിറ്റു പോയത്. വിദേശ രാജ്യങ്ങളിൽ പതിവാണ് പുസ്തക ലേലങ്ങൾ. ഇന്ത്യയിൽ ആദ്യമായി ആരാച്ചാരിലൂടെയാണ് അത് സംഭവ്യമായത്. ദേശകാലഭേദമെന്യേ വായനക്കാർ മീരയുടെ നോവലുകൾ ഏറ്റെടുത്തു. നോവലുകൾ ഇംഗ്ലീഷിലേക്കും മറ്റ് ഇന്ത്യൻ ഭാഷകളിലേക്കും മൊഴിമാറ്റപ്പെട്ടു. മികവുറ്റ കഥകളിലൂടെയും ലഘുനോവലുകളിലൂടെയും വളർന്ന് ആരാച്ചാർ പോലെ ഒരു ബൃഹദ് നോവലിലൂടെ അവർ മലയാളസാഹിത്യലോകത്ത് സ്ഥാനം ഉറപ്പിച്ചു. മീര എഴുതിയ ആദ്യ നോവെല്ലയാണ് 'ആ മരത്തെയും മറന്നു മറന്നു ഞാൻ'. പിന്നീട്, സ്ത്രീജീവിതത്തിലെ അന്തഃസംഘർഷങ്ങളെ തീവ്രമായി അടയാളപ്പെടുത്തുന്ന 'യൂദാസിന്റെ സുവിശേഷം', 'മാലാഖയുടെ മറുകുകൾ', 'കരിനീല', 'മീരാസാധു' തുടങ്ങിയ നോവെല്ലകളും അവർ എഴുതി. ഇവ അഞ്ചും ചേർത്ത് പ്രസിദ്ധീകരിച്ച മീരയുടെ നോവെല്ലകളെ വായനക്കാർ ഇരുകൈയും നീട്ടി സ്വീകരിച്ചു. 2013 മാർച്ചിൽ ആരാച്ചാർ പ്രസിദ്ധീകൃതമായതിനെ തുടർന്ന് 2014 ആഗസ്റ്റിൽ 'മീരയുടെ നോവെല്ലകളും' സമാഹാരമായി പുറത്തിറങ്ങി. അഞ്ച് ലഘുനോവലുകളും ആരാച്ചാരും കൂടി പ്രസിദ്ധീകൃതമായതോടെ മലയാളസാഹിത്യ ലോകത്ത് തന്റേതായ ഒരു ഇടം കെ.ആർ. മീര

നേടിയെടുത്തു.

സ്ത്രീസ്വത്വ സംസ്ഥാപനം എന്ന ലക്ഷ്യവുമായി ധാരാളം സ്ത്രീരചനകൾ നോവൽ സാഹിത്യത്തിൽ പ്രത്യക്ഷപ്പെട്ടു തുടങ്ങിയ കാലത്താണ് മീരയുടെ എഴുത്തുകൾ വരുന്നത്. ഈ ലക്ഷ്യത്തെയും മറികടന്നുകൊണ്ട് കരുത്ത് തെളിയിച്ച് അവർ മുന്നേറി. സ്ത്രീയെ ഒരു ലൈംഗികോപകരണം മാത്രമായി മെരുക്കി നിർത്താനാണ് പുരുഷമേധാവിത്വ സമൂഹം എക്കാലവും ശ്രമിച്ചിട്ടുള്ളത്. പരിഷ്കൃതനും മാന്യനുമായി ജീവിക്കുന്ന പുരുഷൻ എന്ന തോന്നലുണർത്തുന്നവരിൽ പോലും മൃഗീയവാസനകൾ പുറത്തുവരുന്ന അനവധി അവസരങ്ങൾ ഉണ്ടാകുന്നു. ഇത്തരം ആണഹന്തകൾക്കെതിരെ മീരയുടെ സ്ത്രീകൾ താക്കീതായി മാറി. ആരാച്ചാരിലെ ചേതനാ ഗൃദ്ധാമല്ലിക്ക്, മീരാസാധുവിലെ തുളസി, ഘാതകനിലെ സത്യപ്രിയ, ഖബറിലെ ഭാവനാ സച്ചിദാനന്ദൻ, സൂര്യനെ അണിഞ്ഞ ഒരു സ്ത്രീയിലെ ജെസബൽ, ആ മരത്തെയും മറന്നു മറന്നു ഞാനിലെ രാധിക എന്നിവരിലൂടെ സ്ത്രീജീവിതത്തിന്റെ വ്യത്യസ്ത തലങ്ങളുടെ ആവിഷ്കാരമാണ് കെ.ആർ മീര നടത്തിയത്. പുരുഷാധിപത്യ പ്രവണതകൾ, സാമൂഹികജീർണ്ണതകൾ, മത-ജാതി ചിന്തകളിലെ സ്ത്രീവിരുദ്ധത, അടിമബോധം എന്നിവയ്ക്കുമേൽ സ്വന്തം സ്വത്വം സ്ഥാപിച്ചെടുക്കുന്ന ഉൾക്കരുത്തുള്ള സ്ത്രീകളിലൂടെ സ്ത്രീ മനസ്സിന്റെ സംഘർഷങ്ങൾ അവർ അവതരിപ്പിച്ചു.

'ഉരുകിത്തിളച്ച് കരകളെ തൊട്ടു പൊള്ളിച്ചു വരുന്ന ഒരു സൗന്ദര്യപ്രവാഹം തന്നെ ഈ നോവൽ.' എന്നാണ് എം. മുകുന്ദൻ കെ.ആർ മീരയുടെ 'ആ മരത്തെയും മറന്നു മറന്നു ഞാൻ' എന്ന ലഘുനോവലിനെ കുറിച്ച് എഴുതിയത്. രാധികയിലൂടെ പ്രണയം എന്ന വികാരത്തെ അനിർവചനീയമായ അനുഭൂതിയാക്കി അവതരിപ്പിക്കുന്നുണ്ട് മീര. പെണ്ണനുഭവങ്ങളുടെ സൂക്ഷ്മ വൈവിധ്യങ്ങളും വൈജാത്യങ്ങളും അവർ അടയാളപ്പെടുത്തുന്നു. ആന്തരികവും ബാഹ്യവുമായ ജീവിതാനുഭവങ്ങൾ കൊണ്ട് കഥാപാത്രങ്ങൾക്ക് ആഴവും പരപ്പും നൽകി. മീരാസാധുവിലൂടെ പാരമ്പര്യത്തിന്റെയും സദാചാരത്തിന്റെയും വലകളിൽ കുരുങ്ങിപ്പോകുന്ന സ്ത്രീജീവിതത്തിന്റെ വിവിധതലങ്ങളെ ആഴത്തിൽ സമീപിച്ചു. ശരാശരി ഇന്ത്യൻ സ്ത്രീയുടെ ജീവിതത്തിന്റെ ഉള്ളടരുകളിലേക്ക് ഇറങ്ങിച്ചെന്ന കൃതിയാണ് മീരാസാധു. കെട്ടുറപ്പില്ലാത്ത ബന്ധങ്ങളും ബന്ധനങ്ങളും മോഹങ്ങളും മോഹഭംഗങ്ങളും അങ്ങേയറ്റം സ്ത്രീ

വിരുദ്ധമായ കുടുംബവ്യവസ്ഥകളും ഇതിൽ നിന്നെല്ലാം കുതറാൻ വെമ്പുന്ന സ്ത്രീമനസ്സുമെല്ലാം ഹൃദയസ്പർശിയായി ഈ നോവലിൽ ചിത്രീകരിച്ചു.

മാധ്യമപ്രവർത്തകയുടെ കരുത്തും സ്വാതന്ത്ര്യവും മീര എഴുത്തിലും പുലർത്തുന്നു. ആരാച്ചാർ എന്ന ആദ്യത്തെ ബൃഹദ് നോവൽ തന്നെ അതിന് മികച്ച ഉദാഹരണം. കുടുംബത്തിലും സമൂഹത്തിലും നിലനിൽക്കുന്ന ആണധികാരബോധമാണ് മാധ്യമങ്ങൾ പിന്തുടരുന്നത്. ആരാച്ചാർ നോവലിൽ അവതരിപ്പിക്കുന്ന കുടുംബത്തിലും അവർ പരമ്പരാഗതമായി കൈമാറിപ്പോരുന്ന മൂല്യങ്ങളിലും ബോധ്യങ്ങളിലും പുരുഷാധിപത്യത്തിന്റെ ദംഷ്ട്രകൾ പല രീതിയിൽ വെളിപ്പെടുന്നുണ്ട്. മാധ്യമ വിമർശനം ആരാച്ചാരിൽ പ്രതിരോധവും പ്രതിഷേധവുമായി മാറുന്നത് നമുക്ക് കാണാം. മാധ്യമ പ്രവർത്തകർ ധാർമ്മിക മൂല്യങ്ങൾ പുലർത്താതിരിക്കുമ്പോൾ അവർക്കുള്ള താക്കീത് ചേതന എന്ന നായികയിലൂടെ നോവലിസ്റ്റ് നൽകുന്നു. വിപണിക്കൊപ്പം സ്വധർമ്മം മറന്നാടുന്ന സഞ്ജീവ് കുമാർ മിത്രമാർക്കു നേരെ ക്രിയാത്മകവും മൂർച്ചയേറിയതുമായ അമ്പുകൾ മീര തൊടുത്തുവിടുന്നു. ഔചിത്യബോധമില്ലാതെ കടന്നുവരുന്ന ചാനൽ ക്യാമറകളും അവർ സൃഷ്ടിക്കുന്ന നുണ പ്രചാരണങ്ങളുമാണ് സത്യാനന്തര കാലത്ത് നാം കണ്ടുകൊണ്ടിരിക്കുന്നത്. ശവസംസ്കാരം നടക്കുന്നയിടങ്ങളിൽ പോലും ചാനൽ പ്രവർത്തകർ ഔചിത്യം പാലിക്കാൻ മറന്നുപോകുന്ന കാഴ്ച മലയാളിക്ക് പുതുമയല്ല. മാധ്യമങ്ങളുടെ പൊള്ളത്തരങ്ങൾ ശക്തമായ ഭാഷയിൽ ആരാച്ചാർ ചർച്ച ചെയ്യുന്നു. അതോടൊപ്പം ചേതനയിലൂടെ ഇന്ത്യൻ സ്ത്രീത്വത്തിന്റെയാകെ അന്തസ്സ് തിരിച്ച് പിടിക്കാനും മീര ആഹ്വാനം ചെയ്യുന്നു. ആണധികാരത്തെ പൊളിച്ചെഴുതിയാണ് അവർ നോവൽ അവസാനിപ്പിക്കുന്നത്. ചേതനയുടെ ആത്മഭാഷണങ്ങളിൽ പെൺകരുത്തിന്റെ തീക്ഷ്ണതയുണ്ട്. ലിംഗവിവേചനത്തിന്റെയും അസമത്വത്തിന്റെയും കഥകൾ അവർ തുറന്നെഴുതി. മീരയുടെ ആഖ്യാനകലയുടെ ശക്തിയും സൗന്ദര്യവും വരികളിൽ തെളിയുന്നത് എങ്ങനെയെന്ന് കാണുക:

'അന്നു രാത്രി ആ വർഷത്തെ ആദ്യത്തെ മഴ പെയ്തു. ചിതയുടെ ഗന്ധത്തേക്കാൾ രൂക്ഷമായ ഒരു ഗന്ധം മൂക്കു തുളച്ചു. മഴയുടെ ഇരമ്പലിൽ പുറത്തെ ആരവങ്ങൾ മുഴങ്ങി. ഇടുങ്ങിയ ഗലികളിൽ കൂട്ടിയിട്ട് ചപ്പുചവറുകൾ നനഞ്ഞുനാറി. എന്റെ ഹൃദയം നനഞ്ഞു കുതിർന്ന കീറച്ചാക്കുപോലെ ഭാരിച്ചുതൂങ്ങി. ഗ്രാമത്തിൽനിന്ന്

നഗരത്തിലേക്കു വീട്ടുപണിക്കെത്തി തനിയെ കുടുക്കിട്ടു തൂങ്ങിമരിച്ച പെൺകുട്ടിയെ ഞാൻ കാരണമില്ലാതെ ഓർത്തു. മായുടെ പഴയൊരു സാരിത്തുണ്ട് അടപ്പായും തിരശ്ശീലയായും ഉപയോഗിക്കുന്ന ജനാലയ്ക്കരികിൽ പായവിരിച്ചു കിടക്കുമ്പോൾ തൂവാനം എന്റെ വിയർത്ത നെറ്റിമേൽ തെറിച്ചുവീണു. എനിക്ക് അന്ന് ഇരുപത്തിരണ്ടു വയസ്സ്. സ്നേഹമില്ലാതെ സ്പർശിക്കുന്ന പുരുഷന്റെ കരങ്ങൾ എത്ര പരുപരുത്തതാകാമെന്നും അയാളുടെ ദുർഗന്ധങ്ങൾ എത്ര അരോചകമാകാം എന്നും ഒരിക്കൽ മാത്രം തിരിച്ചറിഞ്ഞതൊഴിച്ചാൽ ലോകമെന്തെന്ന് എനിക്ക് അറിയുമായിരുന്നില്ല. മാരുതിപ്രസാദിന്റെ സ്പർശത്തിൽ ആർത്തിയാണുണ്ടായിരുന്നത്. സഞ്ജീവ് കുമാർ മിത്രയുടേതിൽ അഹങ്കാരവും അധീശത്വവും. ആർത്തിയോടു ക്ഷമിക്കാൻ എനിക്കു സാധിക്കും. പക്ഷേ, അധീശത്വത്തോട് -സാധ്യമല്ല. ഞാൻ പുതപ്പ് വലിച്ചെറിഞ്ഞു. തൂവാനത്തുള്ളികൾ കല്ലുകൾ പോലെ എന്റെ മുഖത്തു പതിച്ചു. ഇതാണ് എന്റെ ദൈവം എന്നു പറയാൻ ഒരു പുരുഷനെയും എനിക്കു ലഭിച്ചില്ല. എല്ലാവരും ആരാധന ആവശ്യപ്പെട്ടു. ആരും അതിന് അർഹത തെളിയിച്ചില്ല. ഹൃദയത്തിൽ കുടുക്കിട്ട് എത്ര മുറുക്കിയിട്ടും ചൂടുകണ്ണുനീർ ചൂടുമഴത്തുള്ളികളോട് ഇടകലർന്നൊഴുകി. ഇടതുമാറിടം പഴുത്തുവിങ്ങിയതുപോലെ വേദനിച്ചപ്പോൾ പുകച്ചിലോടെ ഞാൻ തീരുമാനിച്ചു, കൃത്യമായ അളവിൽ അയാൾക്കു വേണ്ടി ഞാൻ കയർ അളന്നെടുക്കും. ഒരിഞ്ചു കൂടുകയുമില്ല കുറയുകയുമില്ല. അയാളെ എനിക്കും ഒരിക്കലെങ്കിലും അനുഭവിക്കണം.' ഇത്തരത്തിൽ ആണഹന്തയ്ക്ക് നേരെയുള്ള ആക്രമണങ്ങൾ നോവലിലുടനീളം കാണാം. സ്ത്രീ കാമനകളുടെ ആന്തരാർത്ഥങ്ങളെ സവിശേഷമായി അനുഭവിപ്പിക്കാൻ ആരാച്ചാരിലൂടെ കെ.ആർ. മീരയ്ക്ക് സാധിച്ചു.

ആരാച്ചാർക്കു ശേഷം, ജെസബെൽ എന്ന ബിബ്ലിക്കൽ കഥാപാത്രത്തിലൂടെ സ്ത്രീജീവിതത്തിന്റെ ഭിന്നതലങ്ങൾ ആവിഷ്കരിച്ച നോവലായിരുന്നു സൂര്യനെ അണിഞ്ഞ ഒരു സ്ത്രീ. ബാബറി മസ്ജിദ് പൊളിച്ചതിനുശേഷമുള്ള ആഗോളീകരണത്തിന്റെ കാലഘട്ടത്തിൽ യൗവ്വനത്തിലെത്തിയ ഒരു സ്ത്രീ എങ്ങനെയാണ് അവളുടെ ചരിത്രത്തെ, അവളുടെ ആവശ്യകതയെ, അവളുടെ വൈകാരിക ജീവിതത്തെ, അവളുടെ ലൈംഗികതയെ നേരിടുന്നത് എന്നതാണ് ഈ കഥയിലൂടെ താൻ ആവിഷ്കരിക്കാൻ ശ്രമിക്കുന്നത് എന്ന് മീര പറയുന്നു. 1980-കളിൽ ജനിച്ച സ്ത്രീകളുടെ ജീവി

തത്തിന്റെയും വികാരവിചാരങ്ങളുടെയും പൂരണമാണ് മീര നടത്തുന്നത്. അവർ പറയുന്നു: 'തൊണ്ണൂറുകൾ നമ്മെ സംബന്ധിച്ചിടത്തോളം ഉണ്ടാക്കിയ സാമൂഹികവും രാഷ്ട്രീയവും താത്വികവുമായ ആഘാതങ്ങൾ വളരെ പ്രധാനപ്പെട്ടതാണ്. ബാബറിമസ്ജിദ് തകർക്കപ്പെട്ട ശേഷം ആഗോളീകരണത്തിന്റെ വ്യാപനത്തിന്റെ കാലത്ത് ജീവിതത്തെ അഭിസംബോധനചെയ്യുന്ന ഒരു തലമുറ എങ്ങനെയാണ് ചിന്തിക്കുന്നത്, എങ്ങനെയാണ് സ്വയം വിലയിരുത്തുന്നത്, ഇന്റർനെറ്റിന്റെയും വിവരവിപ്ലവത്തിന്റെയും കാലത്ത് അവർ എങ്ങനെയാണ് ലോകത്തെ നോക്കിക്കാണുന്നത്, ഇതെന്നെ ഏറ്റവും അലട്ടുന്ന ഒന്നാണ്. എന്റെയും എന്റെ മകളുടെയും തലമുറ എങ്ങനെയാണ് അവരുടെ പ്രശ്നങ്ങളെ നേരിടുന്നത്, മറികടക്കുന്നത്, കീഴടങ്ങുന്നത് എന്നൊക്കെ അന്വേഷിക്കുന്നതും ആവിഷ്കരിക്കുന്നതും വളരെ പ്രധാനമാണ്. അതാണ് എന്നെ ഇത്തരത്തിലൊരു പ്രമേയത്തിലേക്ക് എത്തിച്ചത്.' തൊണ്ണൂറുകളിലെ ഇന്ത്യൻ സ്ത്രീകൾ കുടുംബജീവിതത്തിൽ നേരിടുന്ന പരീക്ഷണങ്ങളും പീഡനങ്ങളും ജെസബലിലൂടെ മീര അവതരിപ്പിക്കുന്നു. നോവൽ ആരംഭിക്കുന്നത് തന്നെ സ്ത്രീകളുടെ നീതിക്കുവേണ്ടിയുള്ള ആഹ്വാനത്തോടെയാണ്. 'ഭർത്താവിനെ കൊലപ്പെടുത്താൻ വാടകഗുണ്ടയ്ക്കു പണം കൊടുത്തവൾ എന്നു കല്ലെറിയപ്പെട്ടു കുടുംബക്കോടതിയിൽ നിൽക്കെ, ജെസബലിനു വെളിപ്പെട്ടത്: ക്രൂര പീഡാനുഭവങ്ങൾ മറികടക്കാൻ സ്വയം ക്രിസ്തുവായി സങ്കല്പിച്ചാൽ മതി. പകുതി പണിതീരാത്ത കെട്ടിടത്തിലെ കോടതിമുറിയിൽ നിൽക്കുമ്പോൾ നെഞ്ചിൽ തൂങ്ങുന്ന ഭാരം മരക്കുരിശിന്റേതാണെന്നു കരുതുക. ഉയരം കുറഞ്ഞു തടിച്ച എതിർ വക്കീൽ ചോദ്യം ചോദിച്ചു തുടങ്ങുമ്പോൾ കുരിശുമായി ഗോൽഗോഥാ കയറുകയാണ് എന്നു സങ്കല്പിക്കുക. ചോദ്യങ്ങളിലെ പ്രത്യക്ഷമായും പരോക്ഷമായുമുള്ള അധിക്ഷേപങ്ങൾ ചാട്ടവാറടിയായി കണക്കാക്കുക. ഓരോ തവണ ആത്മാവ് കൊല്ലപ്പെടുമ്പോഴും മൂന്നാം ദിവസം ഉയിർത്തെഴുന്നേൽക്കുമെന്നും പിന്നെ വേദനയില്ലെന്നും തിരിച്ചറിയുക. ഒരിക്കലും പണിതീരാത്ത കെട്ടിടമായിരുന്നു കുടുംബക്കോടതി. റോഡിന്റെ ഒരു വശത്ത് പള്ളി. അവിടെ മനുഷ്യർ കൂട്ടിച്ചേർക്കപ്പെട്ടു. മറുവശത്ത് കോടതി. അവിടെ മനുഷ്യർ വേർപിരിക്കപ്പെട്ടു. പ്രാഥമികാരോഗ്യകേന്ദ്രത്തിന്റെ മുറ്റത്തുകൂടിയായിരുന്നു കോടതിയിലേക്ക് ഇറങ്ങാനുള്ള പടിക്കെട്ട്. അതിനു കൈവരികളുണ്ടായിരുന്നില്ല. വല്യമ്മച്ചിയുടെ കൈപി

ടിച്ച് ആ പടിക്കെട്ടുകൾ ആദ്യമിറങ്ങുമ്പോൾത്തന്നെ ജെസബെൽ സ്വയം ഒരു പ്രവാചകയായി മാറി, ആരുടെയോ അന്ത്യം ദീർഘദർശനം ചെയ്തു. മുകളിൽനിന്നു വഴുതിവീഴുന്ന ഒരു ശരീരം അവൾ കൺമുമ്പിൽക്കണ്ടു. താഴ്ചയിലുള്ള കോടതിക്കെട്ടിടത്തിന്റെ വരാന്തയുടെ ഒരറ്റത്തെ പെട്ടിക്കടയ്ക്കു മുകളിലേക്ക് അതു വീഴുന്നതും മിഠായിക്കുപ്പികൾ പൊട്ടിച്ചിതറുന്നതും അവൾ കണ്ടു, ജസ്രേലിലെ ജെസബെൽ രാജ്ഞി അവ്വിധമായിരുന്നുവല്ലോ താഴേക്ക് എറിയപ്പെട്ടത്.....'

ഇവിടെ ഫെമിനിസത്തിന്റെ വിമോചന ദൗത്യം ഏറ്റെടുക്കുകയാണ് മീര. മതഗ്രന്ഥങ്ങളെ അവർ സ്ത്രീപക്ഷത്തുനിന്നുകൊണ്ട് പുനർവായിക്കുന്നു. എക്കാലവും സ്ത്രീയെ അടക്കിയൊതുക്കി വീട്ടിലിരുത്തിയതിനു കാരണം പുരുഷതാൽപര്യങ്ങളാണ്. കാലം കഴിയുന്തോറും സ്ത്രീകളുടെ സ്വാതന്ത്ര്യത്തിനുമേൽ കൂച്ചുവിലങ്ങുകൾ വീണുകൊണ്ടിരുന്നു. ഈ ആൺകോയ്മാപ്രത്യയശാസ്ത്രത്തെ തിരിച്ചറിഞ്ഞു കൊണ്ടുള്ള എഴുത്താണ് മീരയുടേത്. സൂര്യനെ അണിഞ്ഞ ഒരു സ്ത്രീ ഇത്തരത്തിൽ ശ്രദ്ധേയമാകുന്നു. ബൈബിളിൽ നിന്നും ജെസബലിനെ സൂര്യനെ അണിഞ്ഞ (അലങ്കരിച്ച) ഒരു സ്ത്രീയായി മീര നോവലിലേക്ക് സ്വീകരിക്കുന്നു. ബൈബിളിൽ അവതരിപ്പിക്കപ്പെട്ട കഥാപാത്രമാണ് ജെസബൽ. ബൈബിളിൽ അധികമൊന്നും അറിയപ്പെടാത്ത സ്ത്രീകഥാപാത്രം കൂടിയാണ് അവൾ. നികൃഷ്ടയായ ഭാര്യാസങ്കൽപ്പത്തിന് ഉദാഹരണമായിട്ടാണ് പൊതുവേ ജെസബലിനെ കണക്കാക്കിയിരുന്നത്. ഒരു സ്ത്രീ/ഭാര്യ എങ്ങനെ ആവരുത് എന്നതിന്റെ ഉദാഹരണമായി ചൂണ്ടിക്കാണിക്കുന്ന കഥാപാത്രമായിരുന്നു അവർ. ഭർത്താവിനെ മരണത്തിലേക്ക് നയിക്കുന്നവൾ. രാജ്ഞിയായ ജെസബെലിനെ സമൂഹം മോശപ്പെട്ടവളാക്കി ചിത്രീകരിച്ചു. അധികാരവും അവകാശവുമുള്ള ഭരണതന്ത്രജ്ഞയും സ്വതന്ത്രയുമായ ഒരു സ്ത്രീയെ വരേണ്യ മതസമൂഹം എങ്ങനെയാണ് പുറന്തള്ളുന്നത് എന്നതിന്റെ ഉദാഹരണമാണ് ബൈബിളിലെ ജെസബലിന്റെ കഥ. ജെസബലിനെ മീര നോവലിൽ പുനരവതരിപ്പിക്കുമ്പോൾ അത് ഒരു വിമോചന ദൗത്യമാവുന്നു. മതഗ്രന്ഥങ്ങളിൽ നിന്നും ചരിത്രത്തിൽ നിന്നും സ്ത്രീ മാതൃകകളെ തിരഞ്ഞുപിടിച്ചു വായിക്കുന്ന രീതിയാണ് പുരുഷാധിപത്യ സമൂഹം നാളിതുവരെ പിന്തുടർന്നത്. സമൂഹം ശപിക്കപ്പെട്ടവരാക്കി മാറ്റിനിർത്തിയ ജെസബലിനെയും ശൂർപ്പണഖയെയുമെല്ലാം (ശൂർപ്പണഖയെന്ന പേരിൽ കെ.ആർ.

മീര ഒരു കഥ എഴുതിയിട്ടുണ്ട്) മീര പുനർവായനയ്ക്ക് വിധേയമാക്കുന്നു. ജനപ്രിയ ദ്വൈവാരികയായ വനിതയിലൂടെ ഖണ്ഡശഃ പ്രസിദ്ധീകരിച്ച നോവലാണ് സൂര്യനെ അണിഞ്ഞ ഒരു സ്ത്രീ. അതുകൊണ്ടുതന്നെ ഭാഷയിലും ആഖ്യാനത്തിലുമെല്ലാം ജനപ്രിയ ചേരുവകൾ ഈ നോവലിൽ ഉപയോഗപ്പെടുത്തിയിട്ടുണ്ട്. വിവാഹിതയായിട്ടും കന്യകയായി തുടരേണ്ടി വന്നവളാണ് നോവലിലെ നായികയായ ജെസബൽ, അവളുടെ വിവാഹമോചനകേസോടെ ആരംഭിക്കുകയും കേസിന്റെ വിധി പകർപ്പ് ലഭിക്കുന്നിടത്ത് നോവൽ അവസാനിപ്പിക്കുകയും ചെയ്യുന്നു.

മണ്ണിട്ട് മൂടപ്പെട്ട നീതിയുടെ ഖബറുകളെ തുറന്നു കാട്ടുകയാണ് 'ഖബർ'. തീരാത്ത പ്രണയത്തിന്റെ ഖബറുമായി ജീവിക്കേണ്ടിവരുന്ന ഭാവനയുടെ കഥയിലൂടെ വർത്തമാന കാലാവസ്ഥകളുടെ നാനാർത്ഥങ്ങളെ തിരയുകയാണ് ഈ കൃതി. ആശകളും നിരാശകളും സംവഹിച്ചുകൊണ്ടുള്ള ഒരു യാത്രയുടെ ആഖ്യാനമായി വായനക്കാരന് ഈ നോവൽ അനുഭവപ്പെടുന്നു.

വർത്തമാനകാല ഇന്ത്യയുടെ സാമൂഹ്യ രാഷ്ട്രീയാവസ്ഥകൾ ആഴത്തിലുൾച്ചേർന്നിട്ടുള്ള നോവലാണ് ഘാതകൻ. സത്യപ്രിയ എന്ന കരുത്തുറ്റ നായികയിലൂടെ ആണധീശ രാഷ്ട്രീയത്തിന് മേൽ മീര കനത്ത ഭാഷയിൽ പ്രഹരമേൽപ്പിക്കുന്നു. പരിണാമഗുപ്തിയും പാത്രഗുപ്തിയും ചേർന്ന് ഒരു കുറ്റാന്വേഷണ നോവലിന്റ സ്വഭാവം കൈവരുന്ന നോവലാണിത്. സങ്കീർണമായ മാനസികാവസ്ഥയിലൂടെ വായനക്കാരനെ മുന്നോട്ട് നയിക്കുന്ന നോവലാണിത്. അനുരൂപ് ഷെട്ടി എന്ന അന്വേഷകനെ മറികടന്ന് ഇരതന്നെ കുറ്റാന്വേഷകയായി മാറുന്നിടത്ത് നോവൽ മറ്റൊരു തലത്തിലേക്ക് ഉയരുന്നു. അധികാരവും പണവും വർഗീയതയും മനുഷ്യരുടെ ജീവിതത്തിൽ ഇടപെടുന്നത് എങ്ങനെയെന്ന് ശക്തമായും സൂക്ഷ്മമായും മീര ആവിഷ്കരിക്കുന്നു. ആരാച്ചാരിൽ ആവർത്തിച്ച് പ്രത്യക്ഷപ്പെടുന്ന കുടുക്ക് എന്ന ബിംബം പോലെ ഘാതകനിൽ പണവും നോട്ടുകെട്ടുകളും ഇടയ്ക്കിടെ കടന്നുവരുന്നു. 'പണം ഇറുകിയ ബ്ലൗസ് പോലെ ശ്വാസംമുട്ടിക്കുന്ന' അധികാരപ്രയോഗമായി മാറുന്നു. പുതിയ കാല ഇന്ത്യൻ അവസ്ഥകളുടെ തുറന്നെഴുത്താണ് ഘാതകൻ.

സ്ത്രീയെ ശാരീരികമായും മാനസികമായും മാറ്റിനിർത്തുകയും, അവളെ വെറുമൊരു ശരീരമായി കാണുകയും ചെയ്യുന്ന എല്ലാ പ്രവണതകളോടും മീരയുടെ സ്ത്രീകൾ പലവിധത്തിൽ ചെറുത്തു

നില്ക്കുന്നു. സ്ത്രീ അവസ്ഥകളുടെ കാണാപ്പുറങ്ങൾ സൂക്ഷ്മതയോടെ രേഖപ്പെടുത്തുന്ന മീരയുടെ നോവലുകളെ സ്വതന്ത്രമായി വിലയിരുത്തുക എന്ന ദൗത്യമാണ് ഈ പുസ്തകം നിറവേറ്റുന്നത്. ഓരോ നോവലിന്റെയും പഠന സാധ്യതകളെ വ്യത്യസ്തമായ രീതിശാസ്ത്രങ്ങളു പയോഗിച്ചു കൊണ്ട് പഠിക്കുകയും ആസ്വാദനത്തിന്റെ വൈവിധ്യം അനുഭവപ്പെടുത്തുകയും ചെയ്യുന്ന പത്തു ലേഖനങ്ങളുടെ സമാഹാരമാണ് ഈ പുസ്തകം.

○○

നോവലുകളിലെ മാധ്യമ സംസ്കാരം: 'ആരാച്ചാർ' മുൻനിർത്തിയുള്ള പഠനം

ഡോ. ജൈനിമോൾ കെ.വി.

കേരളീയ സമൂഹത്തെ ഇന്ന് പൂർണ്ണമായും നിയന്ത്രിക്കുന്നത് മാധ്യമങ്ങളാണ്. മാധ്യമ സംസ്കാരത്തിന്റെ സ്വാധീനം ശക്തമായ രണ്ടായിരം മുതലിങ്ങോട്ട് സാഹിത്യത്തിലും അതു പ്രതിഫലിച്ചു. ഉപഭോഗ- വിപണി സംസ്കാരത്തിന്റെ പിടിയിൽപ്പെട്ടുപോയ കേരളീയ ജീവിതങ്ങളെ സവിശേഷമായി ആവിഷ്കരിക്കുന്ന ധാരാളം സാഹിത്യ സൃഷ്ടികളുണ്ടായി. സമൂഹത്തിന്റെ കണ്ണുകളാകേണ്ട മാധ്യമങ്ങൾ തുറന്നുകാട്ടപ്പെടേണ്ട വാർത്തകളുടെ നേർക്ക് തങ്ങളുടെ ക്യാമറക്കണ്ണുകൾ അടയ്ക്കുകയും വിപണിമൂല്യമുള്ള വാർത്തകൾക്കു പിന്നാലെ പരക്കം പായുകയും ചെയ്യുന്ന അവസ്ഥയാണ് ഇന്നുള്ളത്. സംഭവങ്ങളെ വാർത്തകളാക്കി മാറ്റുന്ന പത്രറിപ്പോർട്ടിംഗിന്റെ രീതിയെ ടെലിവിഷനുകൾ തത്സമയാനുഭവങ്ങളാക്കി മാറ്റി. വാർത്തകൾ ഒരു അനുസ്യൂതിയാണിന്ന്. 'ആദ്യമായി 24 മണിക്കൂർ വാർത്താചാനൽ വന്നപ്പോൾ ഇത്രനേരം കാണിക്കാൻ മാത്രം എന്തു വാർത്തയാണുള്ളത് എന്ന് പലരും അത്ഭുതപ്പെട്ടിരുന്നു. എന്നാൽ ഇന്ന് മലയാളത്തിൽ തന്നെ നിരവധി മുഴുവൻ സമയ വാർത്താചാനലുകൾ ഉണ്ട്. മുൻപ് വാർത്ത, എട്ടോ പന്ത്രണ്ടോ പതിനാറോ പേജിൽ വിദേശം, പ്രാദേശികം, കായികം, സാംസ്കാരികം തുടങ്ങിയ വൃത്തിയുള്ള കള്ളികളിൽ ഒതുങ്ങിയിരുന്നുവെങ്കിൽ ഇന്നതെല്ലാം ഇടകലരുന്ന, ഒരിക്കലും അവസാനിക്കാത്ത ഒരു ഒഴുക്കായി മാറിയിരിക്കുന്നു. ഈ ആധിക്യത്തെ എങ്ങനെയൊക്കെയാണ് നമ്മുടെ ടെലിവിഷൻ ചാനലുകൾ വഴിതിരിച്ചുവിട്ടത് എന്നത് നമ്മുടെ സമകാലിക വാർത്താസംസ്കാരത്തെ തന്നെ രൂപപ്പെടുത്തിയ പ്രക്രിയയാണ്' (2014; 32).

ബ്രേക്കിംഗ് ന്യൂസുകൾക്ക് പിന്നാലെ ക്യാമറയുമായി ഓടുന്ന പുതിയ മാധ്യമാന്തരീക്ഷത്തെയും അവ നിർമ്മിച്ചെടുക്കുന്ന മൂല്യ ബോധത്തെയും ആരാച്ചാർ എന്ന നോവലിൽ കെ.ആർ. മീര അഭി സംബോധന ചെയ്യുന്നു. അച്ചടിയും ദൃശ്യ- ശ്രാവ്യമാധ്യമങ്ങളും ഉൾപ്പെടെയുള്ള മാധ്യമലോകത്തെ ആരാച്ചാരിൽ സൂക്ഷ്മമായി അവതരിപ്പിക്കുന്നുണ്ട്. വാർത്തകളും വസ്തുതകളും വക്രീകരിക്കു ന്ന മാധ്യമങ്ങളുടെ കാപട്യങ്ങളെ നോവൽ ആഴത്തിൽ വിമർശി ക്കുന്നു.

ഇരുപത്തിയൊന്നാം നൂറ്റാണ്ടിൽ ദൃശ്യമാധ്യമങ്ങൾ പത്രങ്ങളേ ക്കാൾ നിർണായകമാണ്. സാമൂഹിക പ്രശ്നങ്ങളേക്കാൾ തങ്ങളു ടെ റേറ്റിംഗ് ഉയർത്താൻ പറ്റിയ വാർത്തകളുടെ ശേഖരണത്തിൽ ശ്രദ്ധ കേന്ദ്രീകരിക്കുന്ന മാധ്യമപ്രവണതകളെ നോവൽ പ്രതിസ്ഥാ നത്ത് നിർത്തുന്നു. വിപണി മൂല്യത്തിനനുസരിച്ച് വാർത്തകൾ നൽ കുന്ന, വിപണി വിജയത്തിനപ്പുറം ധാർമികത തൊട്ടു തീണ്ടിയിട്ടി ല്ലാത്ത സഞ്ജീവ്കുമാർ മിത്രയെപ്പോലുള്ള മാധ്യമപ്രവർത്തകരെ നോവൽ വിചാരണ ചെയ്യുന്നു.

ആരാച്ചാർ എന്ന നോവലിന്റെ പശ്ചാത്തലം ബംഗാൾ ആണ്. ബംഗാളിന്റെ പത്രപ്രവർത്തന പാരമ്പര്യത്തെക്കുറിച്ച് നോവലിൽ ധാരാളം സൂചനകൾ ഉണ്ട്. ഇന്ത്യയിൽ ആദ്യമായി പ്രസിദ്ധീകരിച്ച പത്രം ബംഗാൾ ഗസറ്റ് ആയിരുന്നുവല്ലോ. ബംഗാളിലെ പത്രപാ രമ്പര്യത്തെ കീഴടക്കി ടെലിവിഷൻ ജനങ്ങൾക്കിടയിൽ സ്വാധീനം നേടിയതെങ്ങനെയെന്ന് നോവലിൽ കാണാം. നാനൂറ്റി അൻപത്തി യൊന്ന് പേരെ തൂക്കിലേറ്റിയ ഫണിഭൂഷൻ ഗൃദ്ധാ മല്ലിക്കിന്റെ കഥ ‘സ്റ്റേറ്റ്സ്മാൻ’ പത്രത്തിന്റെ മുൻ പേജുകളിലൂടെയാണ് ലോക പ്രശസ്തമാകുന്നത്. അതൊരു ഇംഗ്ലീഷ് പത്രമായിരുന്നു. ആരാ ച്ചാർ കുടുംബത്തിലെ കുട്ടികൾ പോലും പത്രവായനയിലൂടെ ഇംഗ്ലീഷ് പരിജ്ഞാനം നേടിയെന്നറിയുമ്പോഴാണ് ബംഗാളിന്റെ പത്രപ്രവർത്തന സംസ്കാരത്തെക്കുറിച്ച് വായനക്കാർക്ക് മനസ്സി ലാക്കാൻ കഴിയുന്നത്. ഫണിഭൂഷന്റെ മുറിയിൽ 1960-കളിൽ അയാൾ ആരാച്ചാർ ജോലി നിർവഹിക്കുന്നതിന്റെ ചിത്രങ്ങളും വാർ ത്തകളും തൂക്കിയിട്ടിരുന്നു. തന്റെ മാന്യതയുടെ അവശേഷിച്ച ചിഹ്നമായി അദ്ദേഹം അതിനെ വീക്ഷിച്ചു. അയാളുടെ മകൾ ചേത ന പ്ലസ്ടുവിന് ഉയർന്ന മാർക്ക് നേടിയപ്പോൾ ആനന്ദ് ബസാർ പത്രത്തിൽ അതിന്റെ വാർത്ത വന്നു. ചേതന എന്ന പെൺകുട്ടിയു ടെ വിദ്യാഭ്യാസപരമായ നേട്ടങ്ങളെ കണ്ടെത്താനും പ്രോത്സാഹി

പ്പിക്കാനും ആനന്ദ്ബസാർ എന്ന ബംഗാളിപത്രം ശ്രമിക്കുന്നുണ്ട്. നരേന്ദ്ര ചൗധരി എന്ന മാധ്യമധർമ്മം എന്തെന്ന് തിരിച്ചറിഞ്ഞ പത്രപ്രവർത്തകനെയും നാം ഇവിടെ കണ്ടുമുട്ടുന്നു. തന്റെ മകളുടെ ചിത്രം പത്രത്തിൽ പ്രസിദ്ധീകരിക്കരുതെന്ന ഫണിഭൂഷന്റെ ആവശ്യം നരേന്ദ്ര ചൗധരി അംഗീകരിക്കുന്നുണ്ട്. സമൂഹത്തിന്റെ പിന്നാക്കാവസ്ഥയിൽ ജീവിക്കുന്ന ഒരു പെൺകുട്ടി ഉയർന്നുവരണം എന്ന നന്മ നിറഞ്ഞ ചിന്തയാണ് ഇത്തരം ഒരു വാർത്ത നൽകാൻ അയാളെ പ്രേരിപ്പിക്കുന്നത്. 24 മണിക്കൂർ ചാനലുകൾ പ്രചാരത്തിൽ ഇല്ലാതിരുന്ന കാലത്താണ് ഫണിഭൂഷൻ ആരാച്ചാർ ജോലി ചെയ്തിരുന്നത്. അന്ന് പത്രങ്ങളുടെ പുഷ്കലകാലമായിരുന്നു. അമർത്യാഘോഷിനെ തൂക്കിക്കൊന്നതിനെ കുറിച്ച് പത്രങ്ങളിൽ വാർത്തകൾ വന്നുകൊണ്ടിരുന്നു. അമർത്യയുടെ പിതാവ്, ഫണിഭൂഷന്റെ മകനായ രാംദേവിന്റെ കൈകാലുകൾ പ്രതികാരബുദ്ധിയോടെ കൊത്തിനുറുക്കുകയുണ്ടായി. അമർത്യയെ തൂക്കിക്കൊന്നതിന്റെ വാർത്തയോടൊപ്പം പത്രത്തിൽ ഒരു ഫോട്ടോയും പ്രസിദ്ധീകരിച്ചിരുന്നു. ഫണിഭൂഷൻ ഉയർത്തിപ്പിടിച്ച കുടുക്കിനുള്ളിലൂടെ രാംദേവിനെയും കിട്ടത്തക്ക വിധത്തിൽ സമർത്ഥനായ ഒരു ഫോട്ടോഗ്രാഫർ ഫോട്ടോ എടുക്കുകയായിരുന്നു. ആ ചിത്രത്തിന്റെ അടിക്കുറിപ്പിൽ ഇങ്ങനെ എഴുതിയിരുന്നു: 'വധശിക്ഷയ്ക്ക് വിധിക്കപ്പെട്ട അമർത്യാഘോഷിനു വേണ്ടി തയ്യാറാക്കിയ തൂക്കുകയർ പ്രദർശിപ്പിക്കുന്ന ആരാച്ചാർ ഫണിഭൂഷൻ ഗൃദ്ധാമല്ലിക്. പിന്നിൽ നിൽക്കുന്നത് അദ്ദേഹത്തിന്റെ ഏക മകൻ ന്യൂ പ്രൊവിഡൻസ് കോളേജിൽ എം.എ രണ്ടാം വർഷ സാഹിത്യവിദ്യാർത്ഥിയായ രാംദേവ് ഗൃദ്ധാ മല്ലിക്.' ഈ പത്രവാർത്തയാണ് രാംദേവിന്റെ സ്വപ്നങ്ങളെ തല്ലിക്കെടുത്തുന്നതും അയാൾ വികലാംഗനായി മാറാൻ കാരണമാകുന്നതും. ഈ സംഭവത്തിനു ശേഷമാണ് ആരാച്ചാർ കുടുംബത്തിലെ മറ്റാരുടെയും ചിത്രങ്ങൾ പ്രസിദ്ധീകരിക്കരുതെന്ന് ഫണിഭൂഷൻ ശാഠ്യംപിടിച്ചു തുടങ്ങിയത്. അതിനു ശേഷം അയാൾ വാർത്തകൾക്ക് ഫീസ് നിശ്ചയിച്ചു തുടങ്ങി. യതീന്ദ്രനാഥബാനർജിയെ തൂക്കിലേറ്റേണ്ട കാലമെത്തിയപ്പോൾ പത്രക്കാരിൽ നിന്ന് 500 രൂപയും ചാനലുകാരിൽ നിന്ന് ആയിരം രൂപയും അയാൾ ഈടാക്കിത്തുടങ്ങി. 451 പേരെ തൂക്കിലേറ്റിയ ഫണിഭൂഷണ് മറ്റൊരാളെ കൂടി തൂക്കിലേറ്റാനുള്ള അവസരം വന്നുവെങ്കിലും അയാൾക്ക് അത് സാധിക്കുന്നില്ല. അയാൾ തന്റെ കുടുംബത്തിന് ആരാച്ചാരുടെ ജോലി ചെയ്യാനുള്ള അവകാശികളില്ലെന്ന

പരാതിയുമായി കോടതിയെ സമീപിക്കുന്നു. തന്റെ മക്കൾക്ക് സർക്കാർ ജോലി നൽകണമെന്ന അയാളുടെ ആവശ്യം സർക്കാർ നിരാകരിക്കുന്നു. ഈ അവസരമാണ് സഞ്ജീവ്കുമാർ മിത്രയും സി.എൻ.സി ചാനലും തന്ത്രപരമായി ഏറ്റെടുക്കുന്നത്. ആരാച്ചാർ കുടുംബത്തിൽ അയാൾ അതിക്രമിച്ച് കടന്നുവരികയും അവരുടെ സ്വകാര്യതകളെ പരസ്യപ്പെടുത്തുകയും ചെയ്യുന്നു. നോവലിൽ നേരത്തേ അവതരിപ്പിച്ച നരേന്ദ്ര ചാറ്റർജി എന്ന പത്രപ്രവർത്തകനിൽ നിന്നും തീർത്തും വ്യത്യസ്തനാണ് പുതിയ കാലത്തെ പ്രതിനിധീകരിക്കുന്ന സഞ്ജീവ്കുമാർ മിത്ര. പരമ്പരാഗത സങ്കല്പങ്ങളനുസരിച്ചുള്ള ഒരു പത്രപ്രവർത്തകനല്ല അയാൾ. വാർത്തകളെ അന്വേഷിച്ച് കണ്ടെത്തുകയോ അവയെ പൊതുജന നന്മയ്ക്കായി ഉപകാരപ്പെടുത്തുകയോ ചെയ്യാൻ സഞ്ജീവ് കുമാർ ഒരിക്കലും ശ്രമിക്കുന്നില്ല. കുത്തകമുതലാളിത്തത്തിന്റെ കാലത്തെ മാധ്യമങ്ങളുടെ പ്രതിനിധിയാണ് അയാൾ. 'ഇന്ത്യൻ ടെലിവിഷൻ രംഗത്തെ ഏറ്റവും ധാർഷ്ട്യം ഉള്ള അഭിമുഖകാരനായ കരൺ ഥാപ്പറുമായുള്ള ഒരു അഭിമുഖത്തിൽ അദ്ദേഹം നടത്തിയ ടെലിവിഷൻ അഭിമുഖങ്ങളെക്കുറിച്ച് പറയുന്നതിനിടെ പന്തയപ്പണ വിവാദത്തിന്റെ പശ്ചാത്തലത്തിൽ കപിൽ ദേവുമായി താൻ നടത്തിയ പ്രശസ്തമായ അഭിമുഖത്തെക്കുറിച്ച് പ്രസ്താവിക്കുന്നുണ്ട്. 'അയാൾ ഒരു കുട്ടിയെ പോലെ ക്യാമറയ്ക്ക് മുന്നിലിരുന്ന് കരഞ്ഞപ്പോൾ ആദ്യം ഞാനും അമ്പരന്നുപോയി. എന്നാൽ എന്റെ മനസ്സ് നിറയെ ഉള്ള ആഗ്രഹം അയാൾ കരച്ചിൽ നിർത്തരുതേ എന്നായിരുന്നു .... ' ആത്മനിയന്ത്രണങ്ങളെല്ലാം അഴിഞ്ഞുപോകുന്ന അത്തരം നിമിഷങ്ങൾക്കായാണ് ടെലിവിഷൻ അവതാരകരും പ്രേക്ഷകരും കാത്തിരിക്കുന്നത്' (2014;39).

ആരാച്ചാർ കുടുംബത്തിന്റെ പൈതൃകവും പുതിയ സംഭവവികാസങ്ങളും ഒരുപാട് ദൃശ്യസാധ്യതകൾ നൽകുന്ന ചൂടൻ വാദപ്രതിവാദത്തിനുള്ള വിഷയമാണെന്ന് സഞ്ജീവ്കുമാർ മനസ്സിലാക്കുന്നു. 'ഫെയ്സ് ടു ഫെയ്സ്' എന്ന പരിപാടിയിൽ സി.എൻ.സി ചാനലിൽ ഈ വിഷയം അയാൾ ചർച്ച ചെയ്യാൻ തുടങ്ങുന്നു. പ്രേക്ഷകർ തൽസമയം ചർച്ചയിൽ പങ്കെടുക്കുന്നു. സ്ത്രീകളെ ആരാച്ചാരായി നിയമിക്കാമോ എന്നതാണ് വിഷയം. 'അടി- തിരിച്ചടി, ചോദ്യം- ഉത്തരം ആരോപണം- പ്രത്യാരോപണം എന്ന രീതിയിലുള്ള പിങ് പോങ് കളി' യാണ് പരിപാടിയെ മുന്നോട്ട് നയിക്കുന്നത്. (2014; 38) തന്റെ മകളായ ചേതനയ്ക്ക് ഉയർന്ന മാർക്ക് ലഭിച്ച

പ്പോൾ പോലും അവളുടെ ഫോട്ടോ പരസ്യപ്പെടുത്താൻ തയ്യാറാവാത്ത ആളാണ് ഫണിഭൂഷൺ. തന്റെ കുടുംബങ്ങളിൽ ആരുടെയും ചിത്രങ്ങൾ പരസ്യപ്പെടുത്തരുതെന്ന് അയാൾ എല്ലാ ചാനലുകൾക്കും നിർദ്ദേശം നൽകിയിരുന്നു. പക്ഷേ മകളുടെ ദൃശ്യങ്ങൾ സി.എൻ.സി ചാനൽ രഹസ്യമായി സംഘടിപ്പിക്കുകയും അവളുടെ ശരീരത്തിന്റെ പിൻഭാഗം ചാനലിൽ പ്രദർശിപ്പിക്കുകയും ചെയ്യുന്നു. പൂർണ്ണമായി മറയ്ക്കാത്ത അവളുടെ മാറിടങ്ങൾ വ്യക്തമായി ക്യാമറയിൽ പതിയുന്ന വിധത്തിലാണ് ദൃശ്യങ്ങൾ ഒപ്പിയെടുക്കുന്നത്. ചേതനയുടെ മുഖം അവളുടെ സമ്മതമില്ലാതെ തന്നെ ക്യാമറയിൽ വളരെ വലുതായി തെളിഞ്ഞു. ചാനലിൽ വാർത്ത കാണുമ്പോൾ മാത്രമാണ് ചേതന ഇക്കാര്യം അറിയുന്നത്. സ്ത്രീയെ ചരക്കുവത്ക്കരിക്കുന്ന പ്രവണത ദൃശ്യമാധ്യമങ്ങളിലുണ്ട്. അതിന് പ്രധാന കാരണം മാധ്യമങ്ങളുടെ ഉള്ളടക്കത്തെ ഇന്ന് നിർണയിക്കുന്നത് കച്ചവട താൽപര്യങ്ങളാണ് എന്നതാണ്. ആളുകളെ ഇക്കിളിപ്പെടുത്തുന്ന വാർത്തകൾക്കാണ് വിപണിയിൽ പ്രിയമേറുന്നത്. റിയാലിറ്റി ടെലിവിഷനുകളുടെ കടന്നുവരവ് വിനോദവും വിവരവും തമ്മിലുള്ള അതിർവരമ്പുകളെത്തന്നെ ഇല്ലാതാക്കി.

വിപണിയ്ക്കൊത്ത് മാധ്യമങ്ങൾക്ക് പുതുമയും വൈവിധ്യവും തേടേണ്ടി വരുന്നു. ചാനലുകൾ വർദ്ധിച്ചതോടെ മത്സരവും ആരംഭിച്ചു. വൈവിധ്യത്തിനും വ്യത്യസ്തതയ്ക്കും വേണ്ടി പരക്കം പായുമ്പോൾ വിഷയത്തിന്റെ ആധികാരികതയ്ക്കോ ധാർമ്മികതയ്ക്കോ പ്രാധാന്യമില്ലാതായി. പ്രമേയങ്ങളിലും പ്രശ്നങ്ങളിലും പുതുമയ്ക്ക് മേൽക്കൈ വന്നു. പ്രേക്ഷകരെ ആകാംക്ഷയിൽ നിർത്തുന്ന സംഗതികൾക്കും വൈറൽ പ്രമേയങ്ങൾക്കുമാണ് വിപണിയിൽ ഡിമാന്റ്. വികസന പ്രമേയങ്ങളായാലും പ്രശ്നങ്ങളായാലും തങ്ങൾക്ക് ചേരുന്നതു മാത്രം മാധ്യമങ്ങൾ സ്വീകരിക്കുന്നു. സ്വകാര്യങ്ങൾ പോലും പരസ്യങ്ങളായി മാറി. പൊതുവായത്/ സ്വകാര്യം എന്നിവ തമ്മിലുള്ള അതിരുകളെ തന്നെ മായ്ച്ചുകളയുന്ന മാധ്യമാവസ്ഥയെക്കുറിച്ച് സി.എസ്. വെങ്കിടേശ്വരൻ ഇങ്ങനെ എഴുതുന്നു: വ്യക്തികളുടെ സ്വകാര്യ ജീവിതത്തിലേക്ക് മാധ്യമങ്ങൾ എത്തിനോക്കുകയും അത്തരം സ്വകാര്യങ്ങളെ പരസ്യപ്പെടുത്തുകയും ചെയ്യുന്നു. ലാത്തിച്ചാർജ് ആയാലും പ്രകൃതിദുരന്തമായാലും ഭീകരാക്രമണമായാലും വ്യക്തികൾ അകപ്പെടുന്ന കെണികളായാലും പ്രക്ഷേപണയോഗ്യമെങ്കിൽ മാത്രം അത് വാർത്തയായി മാറു

ന്നു(2014;105). ഏറ്റവും പുതിയ റിപ്പോർട്ടിംഗിന് വേണ്ടി മാധ്യമങ്ങൾ ഇത്തരത്തിൽ മത്സരിക്കുന്ന കാലത്ത് ഈ നോവലിന് പ്രസക്തിയ റുന്നു. പതിറ്റാണ്ടുകളായി പുരുഷന്മാർ അടക്കിവാണ ഒരു മേഖല യാണ് ആരാച്ചാർ തൊഴിൽ. പുരുഷന് മാത്രം സാധ്യമാകുന്ന ഒന്ന് എന്ന് ആരാച്ചാർ ജോലിയെ ലോകം മുഴുവൻ കരുതി. എൺപ ത്തെട്ടുകാരനായ ഫണിഭൂഷൻ ഗൃദ്ധാമല്ലിക് 451 പേരെ തൂക്കിക്കൊ ന്ന ആരാച്ചാരാണ്. ഇന്ത്യയിൽ വധശിക്ഷ കുറഞ്ഞുവന്നതോടെ ദരിദ്രരായ ആ കുടുംബത്തിന് കിട്ടിയ കച്ചിത്തുരുമ്പായിരുന്നു യതീന്ദ്രനാഥ ബാനർജിയെ തൂക്കിലേറ്റാനുള്ള അവസരം. ആ ദൗ ത്യം ആരാച്ചാർ കുടുംബത്തിലെ ഇളം തലമുറക്കാരിയായ ചേതന ഗൃദ്ധാ മല്ലിക്ക് എന്ന ഇരുപത്തിരണ്ടുകാരിയിൽ എത്തിച്ചേരുകയാ ണ്. വർത്തമാനമാധ്യമങ്ങൾ ഈ വിഷയം ഏറ്റെടുക്കുകയും അവ യുടെ കൈകടത്തൽ ആരാച്ചാർ കുടുംബത്തിന്റെ ജീവിതതാളത്തെ തന്നെ നിയന്ത്രിക്കുകയും ചെയ്യാൻ തുടങ്ങുന്ന കാഴ്ച തന്മയത്വ ത്തോടെ കെ.ആർ. മീര നോവലിൽ അവതരിപ്പിക്കുന്നു. ലോക ത്തിലെ ആദ്യത്തെ വനിതാ ആരാച്ചാർ എന്ന പദവിയാണ് ചേതന യ്ക്ക് മാധ്യമശ്രദ്ധ കിട്ടാൻ കാരണമായത്. സി.എൻ.സി ചാനലി ന്റെ അവതാരകനായ സഞ്ജീവ്കുമാർ മിത്ര, ഫണിഭൂഷന്റെ പിൻ ഗാമിയായി ചേതനയെ വാഴിക്കാനും തന്റെ ചാനലിന് റേറ്റിംഗ് കൂട്ടാനുള്ള വഴിയായി അവളുടെ പ്രശസ്തിയെ കാണുകയും ചെ യ്യുന്നു. ലോകത്ത് ആരാച്ചാരായി ജോലി ചെയ്യുന്ന ഏക സ്ത്രീ യും ആദ്യത്തെ സ്ത്രീയും എന്ന നിലയ്ക്ക് ചേതനയ്ക്ക് വാർത്ത കളിൽ പ്രാധാന്യം കൈവന്നു. ടിവി ക്യാമറക്കാരും പത്രക്കാരും അവളെ വളഞ്ഞു. അവളുടെ അച്ഛനും അമ്മയ്ക്കും ചുറ്റും പത്ര ക്കാർ ‘ചത്ത എലിക്കു ചുറ്റും കാക്കകൾ’ എന്നതുപോലെ കലപി ല കൂട്ടാൻ തുടങ്ങി. ഓരോരുത്തരായി സാവധാനം പിരിഞ്ഞു പോ യിട്ടും സഞ്ജീവ് കുമാർ മാത്രം പോയില്ല. അയാളെ കണ്ടപ്പോൾ ത്തന്നെ രണ്ടറ്റത്തും കുടുക്കുള്ള ഒരു തൂക്കുകയർ അവളുടെ മന സ്സിൽ ഉണ്ടായി. ആരുടെയും അനുവാദം ചോദിക്കാതെ സഞ്ജീവ് കുമാർ മിത്ര ചേതനയുടെ മുത്തശ്ശിയോട് കഥകൾ പറയാൻ തുട ങ്ങി. ചേതനയുടെ സഹോദരൻ രാംദേവിനെ അയാൾ അനുവാദ മില്ലാതെ ക്യാമറയിൽ പകർത്തി. തടയാൻ കൈകളില്ലാത്ത അയാൾ പുരികങ്ങളും കണ്ണുകളും മുറുക്കിയടച്ച് മുഖം മറയ്ക്കാൻ പണി പ്പെട്ടു. താൻ ചെയ്ത തെറ്റിന് അയാൾ ക്ഷമ പറയും എന്ന് ചേത ന ആഗ്രഹിച്ചു. എന്നാൽ കത്തുന്ന നോട്ടത്തോടെയുള്ള ‘എനിക്ക്

നിന്നെ ഒരിക്കലെങ്കിലും ഒന്ന് അനുഭവിക്കണം' എന്ന അയാളുടെ വാക്കുകൾ ചേതനയുടെ അസ്ഥികളിൽ പുളിരസം പടർത്തിക്കൊണ്ട് തുളഞ്ഞുകയറി. ആരാച്ചാർ കുടുംബത്തിലെ പിതാമഹനായിരുന്ന മോഷ് ഗൃദ്ധാ മല്ലിക്കിന്റെ ഓർമ്മയ്ക്ക് സൂക്ഷിച്ചിരുന്ന വില മതിക്കാനാവാത്ത സ്വർണ്ണനാണയം മോഷ്ടിക്കാൻ പോലും സഞ്ജീവ്കുമാർ മിത്ര മടിക്കുന്നില്ല. സാമൂഹികപ്രതിബദ്ധതയോടെ വാർത്തകളെ കൈകാര്യം ചെയ്യുന്ന രീതിയല്ല ഇവിടെ കാണാൻ കഴിയുന്നത്. തീർത്തും വ്യക്തിപരമായ വൈകാരികതയ്ക്ക് മുൻതൂക്കം നൽകിക്കൊണ്ട് പ്രേക്ഷകരെ 'ഞെട്ടി'ക്കുന്നതിലാണ് ഇവർക്ക് ശ്രദ്ധ.

ചേതനയുടെ പിതാവിന് കുറച്ചു മദ്യവും പണവും നൽകി ആരാച്ചാർ കുടുംബത്തിന്റെ പാരമ്പര്യവും അമൂല്യമായ ചരിത്രവും സഞ്ജീവ് കുമാർ ചോർത്തിയെടുക്കാൻ ശ്രമിക്കുന്നു. ചേതനയിലെ സ്ത്രീയെ അപമാനിക്കുന്ന വിധത്തിലുള്ളതാണ് സഞ്ജീവ് കുമാർ മിത്രയുടെ ഓരോ പ്രവൃത്തിയും. ആരാച്ചാർ കുടുംബത്തിന്റെ ജീവിതകഥകൾ തന്റെ ചാനലിൽ പറയുന്നതിന് പകരമായി ചേതനയെ താൻ വിവാഹം ചെയ്തു കൊള്ളാം എന്ന് അയാൾ ഫണീഭൂഷനോട് വാഗ്ദാനം ചെയ്യുന്നു. 'മനസ്സിലായില്ലേ? താങ്കളുടെ ജീവിതത്തിലെ ഇതുവരെയുള്ള തൂക്കിക്കൊലകളുടെ കഥകൾ... ഞങ്ങളുടെ ചാനൽ നടത്തുന്ന കമ്പനിക്ക് സ്വന്തമായി നൂറ്റിയിരുപത്തേഴു പ്രസിദ്ധീകരണങ്ങൾ ഉണ്ടെന്ന് താങ്കൾക്കറിയാമോ എന്ന് എനിക്കറിഞ്ഞുകൂടാ. അവർ പുതുതായി തുടങ്ങുന്ന മാസികയിൽ താങ്കളുടെ ആത്മകഥ പ്രസിദ്ധീകരിക്കാൻ ആഗ്രഹിക്കുന്നു...' ചേതനയ്ക്ക് ജോലി വാങ്ങിക്കൊടുക്കാം എന്നും അവളെ വിവാഹം കഴിച്ചുകൊള്ളാം എന്നും പറഞ്ഞുകൊണ്ട് ഫണീഭൂഷന്റെ സ്വകാര്യമായ അനുഭവങ്ങൾ അയാൾ വിലയ്ക്ക് വാങ്ങുന്നു. ലണ്ടനിലും അമേരിക്കയിലുമുള്ള ചാനലുകൾ തനിക്ക് ലക്ഷങ്ങൾ ഓഫർ ചെയ്ത കാര്യം ഫണീഭൂഷൻ പറയുമ്പോൾ എങ്കിൽ ചേതനയുടെ വിശേഷങ്ങൾ മതി എന്ന തീരുമാനത്തിൽ എത്തിച്ചേരുന്നു. ചേതനയുടെ ഇനിയുള്ള ദിവസങ്ങൾ ഞങ്ങളുടെ ചാനലിനു വേണ്ടി മാത്രമായിരിക്കണമെന്നും മറ്റൊരു പത്രസ്ഥാപനത്തോടോ ചാനലിനോടോ സംസാരിക്കാൻ പാടില്ലയെന്നും ചേതന പോകുന്നിടത്തെല്ലാം ഞങ്ങൾ കൂടെ വരുമെന്നും ചേതനയുടെ പേരിൽ സഞ്ജീവ്കുമാർ മിത്ര രേഖയുണ്ടാക്കുന്നു. എത്ര സമർത്ഥമായാണ് സഞ്ജീവിന്റെ ചാനൽ ചേതനയുമായി കച്ചവടം ഉറപ്പിക്കുന്ന

തെന്ന് കാണുക: 'ഞാൻ ഫണിഭൂഷൻ ഗൃദ്ധ മല്ലിക്കിന്റെ മകൾ ചേതനാ ഗൃദ്ധ മല്ലിക്ക് ഇതിനാൽ സമ്മതിച്ചു വയ്ക്കുന്നത് എന്തെന്നാൽ ഗവൺമെൻറ് പ്രഖ്യാപിച്ച യതീന്ദ്രനാഥ ബാനർജിയുടെ തൂക്കിക്കൊല നടക്കുന്ന ജൂൺ 24 വരെയുള്ള ദിവസങ്ങളിൽ എന്നെ ചിത്രീകരിക്കാനും എന്റെ അഭിമുഖം സംപ്രേഷണം ചെയ്യാനും അച്ചടിക്കാനും ഉള്ള എല്ലാ അവകാശവും സിഎൻസി പബ്ലിഷിംഗ് ഹൗസിനു കീഴിലുള്ള സിഎൻസി ചാനലിന് മാത്രമായിരിക്കുന്നതാകുന്നു. പ്രസ്തുത കാലയളവിൽ സിഎൻസി ചാനലിനോടോ അവർ നിർദ്ദേശിക്കുന്ന കക്ഷികളോടോ അല്ലാതെ ഞാൻ സംസാരിക്കാൻ തയ്യാറാവുകയില്ലെന്ന് സമ്മതിച്ചു കൊള്ളുന്നു. ഇതിന് പ്രതിഫലമായി അയ്യായിരത്തൊന്ന് രൂപ നിശ്ചയിച്ചിട്ടുള്ളതും അഡ്വാൻസായി 1001 രൂപ കൈപ്പറ്റിയിട്ടുള്ളതുമാകുന്നു.' സഞ്ജീവ്കുമാറും സി.എൻ.സി ചാനലും ചേതനയെ വിപണി മൂല്യമുള്ള ഒരു ചരക്കായി മാറ്റുകയാണ്. വാർത്തകളെയും വിഷയങ്ങളെയും എത്രത്തോളം വിവാദപരവും വ്യക്തിപരവുമാക്കാം എന്നതിൽ താല്പര്യം കൊടുക്കുന്ന ദൃശ്യസംസ്കാരത്തെ സമാന്തരമായി ചിത്രീകരിക്കുകയാണ് കെ.ആർ. മീര. മറ്റൊരു വാർത്ത ലഭിക്കുന്നതുവരെ ടി.ആർ.പി റേറ്റിംഗ് നിലനിർത്തുന്നതിനും അതിനെ ആകാവുന്നത്ര വിവാദപരവും ഉദ്വേഗജനവുമായി മാറ്റാം എന്നതിലാണ് ദൃശ്യമാധ്യമങ്ങൾ ശ്രദ്ധയൂന്നുന്നത്. അതുകൊണ്ട് തന്നെ ദുരന്തങ്ങളും വിവാദങ്ങളും അത്യാഹിതങ്ങളും ഇടതടവില്ലാതെ ടെലിവിഷനിൽ വ്യവഹരിച്ചു കൊണ്ടിരിക്കുന്നു. പൊതുബോധത്തെ രൂപപ്പെടുത്തുന്നതിൽ പത്രങ്ങളേക്കാൾ എത്രയോ മുന്നിലാണ് ടെലിവിഷൻ ദൃശ്യങ്ങൾ സ്ഥാനം പിടിച്ചിട്ടുള്ളത്. അതുകൊണ്ടാണ് യതീന്ദ്രനാഥ ബാനർജിയുടെ മരണത്തെക്കുറിച്ചുള്ള പത്രവാർത്തകൾക്ക് പ്രാധാന്യം ലഭിക്കാതിരിക്കുന്നത്. സി.എൻ.സി ചാനലിലെ തൽസമയ പ്രക്ഷേപണത്തിന് റേറ്റിംഗ് കൂടുന്നത് ചേതനയെയും യതീന്ദ്രനാഥ ബാനർജിയുടെ ഭാര്യയെയും സഹോദരനെയും ഫണിഭൂഷനേയുമെല്ലാം വിചാരണ ചെയ്തും സാക്ഷിയാക്കിയും സഞ്ജീവ് കുമാർ മിത്ര നടത്തുന്ന പ്രകടനത്തിലൂടെയാണ്. വിപണിയുടെ താൽപര്യങ്ങൾക്കനുസരിച്ച് ഉപഭോക്തൃ ഭാവനയിൽ നിന്നും വിരിയുന്ന സൃഷ്ടിയാണ് ഇപ്പോഴത്തെ വാർത്ത. നിരന്തരം ചൂടുപിടിപ്പിച്ചു കൊണ്ടിരിക്കുന്ന നിമിഷങ്ങളാണ് വാർത്തകളിൽ പോലും നിറയുന്നത്. ടി.ആർ.പി റേറ്റിംഗ് കൂടുന്നതിനനുസരിച്ച് ചാനലുകൾ വാർത്തകളെ വളർത്തുകയും

തളർത്തുകയും ചെയ്യുന്നു. കൂടുതൽ ആംഗിളുകളിലേക്ക് അവയെ വികസിപ്പിച്ചെടുക്കുന്നു. പരമാവധി വിവാദമാക്കുന്നു. ജനശ്രദ്ധ ലഭിക്കുന്ന വിധത്തിലേക്ക് കഥകളും കഥാപാത്രങ്ങളും നിറയുന്നു. സഞ്ജീവ്കുമാർ മിത്ര അവതാരകനായ 'ഹാങ് വുമൺസ് ഡയറി' എന്ന പരിപാടിയിൽ ചേതനയോടൊപ്പം യതീന്ദ്രനാഥ ബാനർജി യുടെ ഭാര്യ കോകിലയെ കൂടി പങ്കെടുപ്പിച്ച് ചാനലിന്റെ ടി.ആർ.പി കൂട്ടാൻ ശ്രമിക്കുന്നു. 'കോകിലാദീദീ, ഇനി വെറും 10 ദിവസങ്ങളെ യുള്ളൂ ആ കുങ്കുമപ്പൊട്ടിന്റെ ആയുസ്സ്. അതിനെക്കുറിച്ച് നിങ്ങൾ ചിന്തിക്കാറുണ്ടോ?' എന്നു ഭയപ്പെടുത്തുന്നു. യതീന്ദ്രനാഥ ബാനർ ജിയെ വധശിക്ഷയിൽ നിന്ന് വിമുക്തമാക്കണമെന്ന് രാഷ്ട്രപതി യെ അറിയിക്കാനുള്ള ഹർജിക്ക് വേണ്ടി പണമില്ലാതെ ബുദ്ധിമുട്ടു ന്ന അവസരത്തിലാണ് കോകിലയെ ചാനലുകാർ പണം നൽകി പ്രലോഭിച്ച് പരിപാടിയിൽ എത്തിക്കുന്നത്. 'ഹാംഗ് വുമൺസ് ഡയറി'യിലേക്ക് പിന്നീട് പല കാലങ്ങളിൽ തൂക്കിക്കൊല ചെയ്യ പ്പെട്ടവരുടെ അമ്മമാരെയും ഭാര്യമാരെയും എത്തിക്കുകയും ചെയ് താണ് ചാനൽ പരിപാടിയുടെ റേറ്റിംഗ് നിലനിർത്തുന്നത്. വ്യക്തി കളുടെ സ്വകാര്യതയ്ക്കും അന്തസ്സിനും മാന്യതയ്ക്കും യാതൊരു വിലയും നൽകാത്ത മാധ്യമപ്രവണതയാണ് ഇവിടെയെല്ലാം വെളിപ്പെടുന്നത്. ചേതനയെ വളകളും വസ്ത്രങ്ങളും വാങ്ങിക്കാൻ എന്ന പേരിൽ തന്ത്രപൂർവ്വം ഒരു തെരുവിൽ എത്തിക്കുകയും പിന്നീട് അവൾ പോലും അറിയാതെ കള്ളിയാക്കപ്പെടുകയും ചെ യ്യുന്നത് നോവൽ മുന്നോട്ടുവയ്ക്കുന്ന ഒരു ഉദാഹരണം മാത്രം. സ്ത്രീകളെ ഇരയായി ലഭിക്കുമ്പോൾ മാധ്യമങ്ങളുടെ ശ്രദ്ധ അവ ളുടെ ശരീരത്തിലേക്ക് തിരിയുന്നു. സ്ത്രീകളുടെ സംസാരത്തേ ക്കാൾ പ്രാധാന്യത്തോടെ കൂടി അവളുടെ ശരീരത്തിന്റെ വിവിധ ആംഗിളുകളിലേക്കാണ് ക്യാമറകൾ 'സൂം' ചെയ്യുന്നത്. സ്ത്രീയാ യതിന്റെ പേരിൽ ചേതനയ്ക്ക് പലവിധ യാതനകളും മാനഹാനി യും ലൈംഗികാതിക്രമങ്ങളും നേരിടേണ്ടി വരുന്നുണ്ട്. വീട്ടിലും പൊതുസ്ഥലത്തും ഓഫീസിലും എല്ലായിടത്തും അവൾ അപമാ നിക്കപ്പെടുന്നു.

ടെലിവിഷന്റെ മായക്കാഴ്ചകളിൽ ഭ്രമിച്ചു പോകുന്ന അനേകം ജീവിതങ്ങളെക്കുറിച്ചും നോവൽ സൂക്ഷ്മമായി പരിശോധിക്കുന്നു ണ്ട്. പിന്നെയും പിന്നെയും മടുക്കാതെ ദൃശ്യങ്ങളിൽ നിന്ന് ദൃശ്യ ങ്ങളിലേക്ക് ചാനലുകളിൽ നിന്ന് ചാനലുകളിലേക്ക് യാന്ത്രികമാ യി കണ്ണോടിക്കുകയും നാം അതിന്റെ ഭാഗമാവുകയും ചെയ്യുന്നു.

യതീന്ദ്രനാഥ ബാനർജിയുടെ തൂക്കിക്കൊല അനുകരിച്ച് അനേകം കുട്ടികൾ മരിക്കുന്നു. ചാനലുകൾക്ക് അതും വാർത്തയാണ്. വാർത്തയെന്നാൽ അത് വിനോദം കൂടിയാണെന്നു വിശ്വസിക്കുന്ന സഞ്ജീവ് കുമാർ മിത്രയിലൂടെ മാധ്യമധർമ്മം ഉപേക്ഷിച്ച് വാർത്തയെ വിനോദവത്കരിക്കുന്ന പുതുതലമുറ മാധ്യമപ്രവണതകളെ ആക്രമിക്കുകയാണ് നോവലിസ്റ്റ്. വിപണിയുടെ താൽപര്യങ്ങൾക്കനുസരിച്ച് മാധ്യമങ്ങൾ എങ്ങനെയാണ് വാർത്തകൾ രൂപപ്പെടുത്തിയെടുക്കുന്നത് എന്നതിനെക്കുറിച്ച് ഒരു തെളിഞ്ഞ ചിത്രം നോവൽ സമ്മാനിക്കുന്നു. ആവേശം നിറഞ്ഞ അവതരണത്തിലൂടെ എങ്ങനെയും ജനശ്രദ്ധ ആകർഷിക്കാനാണ് ഹാംഗ് വുമൺ ഡയറി പോലുള്ള പരിപാടികൾ ശ്രമിക്കുന്നത്. സഞ്ജീവ് കുമാറിനെപ്പോലുള്ള വിനീതവിധേയരൂപം നടിക്കുന്ന അവതാരകരുടെ കാപട്യങ്ങളും അവരുടെ മായക്കഥകളും അണിയറയിലെ ചരടുവലികളും സത്യമേത് മിഥ്യയേത് എന്ന് തിരിച്ചറിയാനാവാത്ത പ്രേക്ഷകരുമെല്ലാം നോവലിൽ നിറഞ്ഞാടുന്നു.

റേറ്റിംഗ് നിലനിർത്താനുള്ള മത്സരയോട്ടത്തിനിടയിൽ വ്യക്തികളുടെ സ്വകാര്യതയ്ക്കോ അന്തസ്സിനോ ഒരു പ്രാധാന്യവും ചാനലുകൾ നൽകുന്നില്ല. വീട്ടിൽ, തൊഴിലിടത്തിൽ, ആശുപത്രിയിൽ, ജയിലറകളിൽ എവിടെയും ക്യാമറയുമായി അവരെത്തുന്നു. ആശുപത്രിയിൽ പ്രവേശിപ്പിക്കപ്പെട്ട രാംദേവിന്റെ സ്വകാര്യതകളെ സഞ്ജീവ്കുമാറിന്റെ ക്യാമറ ഒപ്പിയെടുത്തു. നേരം വെളുക്കുമ്പോൾ തന്നെ ആശുപത്രി മുറിയിൽ എത്തിയ അയാളെ കണ്ട് ശകാരിച്ച നഴ്സിനെയോ പ്രതിഷേധിച്ച ചേതനയെയോ അയാൾ വകവെക്കാതെ അയാൾ രാംദേവിന്റെ പുതപ്പ് വലിച്ചെടുക്കാനാണ് ശ്രമിക്കുന്നത്. അതിനുള്ളിൽ പച്ചത്തുണി കൊണ്ട് അരക്കെട്ട് മാത്രം മറച്ച നിലയിൽ കിടന്ന രാംദേവിന്റെ കുറ്റിയായിത്തീർന്ന ഇടതുകയ്യും പൂർണമായി ഛേദിക്കപ്പെട്ട വലതു കയ്യും പ്രദർശിപ്പിക്കപ്പെട്ടു. അതുൽ കിഷൻ ചന്ദ്രയുടെ ക്യാമറ ആർത്തിയോടെ കട്ടിലിലേക്ക് ചാടിവീഴുകയും അരയറ്റം നാവു നീട്ടിയ കാളിയെപ്പോലെ രാംദേവിന്റെ ശരീരം നക്കിത്തോർത്തുകയും ചെയ്യുന്നു. അപമാനഭാരത്താൽ തകർന്നുപോകുന്ന രാംദേവിന്റെയും ചേതനയുടെയും ആ ദൃശ്യങ്ങളാണ് ചാനലിന്റെ പ്രൈം ടൈം ഷോയിലെ അന്നത്തെ പ്രധാനവാർത്ത. ഇത്തരത്തിൽ തന്റെ മുന്നിലുള്ള ഇരയെ കൊണ്ട് ഒരിക്കലും പ്രതീക്ഷിക്കാത്ത കാര്യങ്ങൾ 'സഞ്ജീവ്കുമാർമാർ' പറയിപ്പിക്കുന്നു. മുന്നിലിരിക്കുന്ന മനുഷ്യന്റെ നിസ്സഹാ

യതയും നിലവിളിയും ടെലിവിഷനിൽ ഏറ്റവും ഡിമാൻഡുള്ള സംഗതിയായി മാറുന്നു.

ഗ്രന്ഥസൂചി

വെങ്കിടേശ്വരൻ സി.എസ്, ടെലിവിഷൻ പഠനങ്ങൾ, 2014, മാതൃഭൂമി ബുക്സ്, കോഴിക്കോട്.

ശെൽവമണി കെ.ബി, ടൈംസ് ഓഫ് മീഡിയ, 2016, ലോഗോസ് ബുക്സ്, കോഴിക്കോട്.

സത്യത്തിന്റെ കെട്ടുപോകാത്ത തിരികൾ

ഡോ. തോമസ് സ്കറിയ

ക്രിസ്റ്റ്യൻ സാൽമൺ നോവലിന്റെ കലയെക്കുറിച്ചു മിലൻ കുന്ദേരയുമായി നടത്തിയ ദീർഘസംഭാഷണം The Art of the Novel എന്ന ഗ്രന്ഥത്തിൽ ഉൾപ്പെടുത്തിയിട്ടുണ്ട്. ഒച്ചിനെ അതിന്റെ പുറംചട്ടയുമായി ബന്ധിപ്പിച്ചിരിക്കുന്നതു പോലെയാണ് മനുഷ്യനും ലോകവും തമ്മിലുള്ള ബന്ധം എന്നു കുന്ദേര ഒരു സന്ദർഭത്തിൽ പറയുന്നുണ്ട്. ലോകം മനുഷ്യന്റെ ഭാഗമാണ്, അത് അവന്റെ പരിമാണമാണ്. ലോകം മാറുന്നതിനനുസരിച്ച് അസ്തിത്വവും മാറുന്നു. ബാൽസാക്ക് മുതൽ, നമ്മുടെ അസ്തിത്വത്തിന്റെ ലോകത്തിന് ഒരു ചരിത്രസ്വഭാവമുണ്ട്. കൂടാതെ തീയതികൾ അടയാളപ്പെടുത്തിയ സമയമണ്ഡലത്തിലാണ് നോവലിൽ കഥാപാത്രങ്ങളുടെ ജീവിതം വികസിക്കുന്നത്. ആ പൈതൃകത്തെ ബൽസാക്കിൽ നിന്ന് ഒരിക്കലും മോചിപ്പിക്കാൻ നോവലിന് കഴിയില്ല. അതേസമയം രണ്ട് കാര്യങ്ങൾ പരസ്പരം ആശയക്കുഴപ്പത്തിലാക്കരുത് എന്നു കുന്ദേര ഓർമ്മിപ്പിക്കുന്നു. ഒരു വശത്ത് മനുഷ്യാസ്തിത്വത്തിന്റെ ചരിത്രപരമായ മാനം പരിശോധിക്കുന്ന നോവൽ, മറുവശത്ത് ഒരു ചരിത്ര സാഹചര്യത്തിന്റെ ചിത്രീകരണമായ നോവൽ, ഒരു നിശ്ചിത നിമിഷത്തിലെ സമൂഹത്തിന്റെ വിവരണം, ഒരു നവീകരിച്ച ചരിത്ര രചന, അതാണ് നോവൽ. നോവലിന് മാത്രം പറയാൻ കഴിയുന്നത് പറയുക എന്നതാണ് നോവലിന്റെ ഏക അദ്വിതീയത എന്നു കുന്ദേര വ്യക്തമാക്കുന്നു. അപ്പോൾ ക്രിസ്റ്റ്യൻ സാൽമൺ ചരിത്രത്തെക്കുറിച്ച് നോവലിന് പ്രത്യേകമായി എന്ത് പറയാൻ കഴിയും അല്ലെങ്കിൽ, ചരിത്രത്തെ ചികിത്സിക്കുന്നതിനുള്ള കുന്ദേരയുടെ രീതി എന്താണ് എന്നു ചോദിക്കുന്നു. അതിന് ഉത്തരമായി അദ്ദേഹം സ്വന്തം തത്ത്വങ്ങളിൽ ചിലതു വ്യക്തമാക്കുന്നു. 'ഒന്നാമത്തേത്, എല്ലാ ചരിത്രസാഹചര്യങ്ങളും ഞാൻ കൈകാര്യം ചെയ്യുന്നത്

മഹത്തായ സമ്പദ്ഘടനയിലാണ്. പ്രവർത്തനത്തിന് ഒഴിച്ചുകൂടാനാവാത്ത ചില ഇനങ്ങളിൽ നിന്ന് ഒരു അമൂർത്തമായ സെറ്റ് നിർമ്മിക്കുന്ന സ്റ്റേജ് ഡിസൈനറെപ്പോലെ ഞാൻ ചരിത്രത്തോട് പെരുമാറുന്നു. രണ്ടാമത്തെ തത്ത്വം, ചരിത്രപരമായ സാഹചര്യങ്ങളിൽ, എന്റെ കഥാപാത്രങ്ങൾക്ക് അസ്തിത്വസാഹചര്യം സംബന്ധിച്ച് ഒരു വെളിപാട് സൃഷ്ടിക്കുന്നവ മാത്രം ഞാൻ പരിഗണിക്കുന്നു. മൂന്നാമത്തെ തത്ത്വം, ചരിത്രരചന സമൂഹത്തിന്റെ ചരിത്രമാണ് എഴുതുന്നത്, മനുഷ്യന്റെയല്ല. അതുകൊണ്ടാണ് എന്റെ നോവലുകൾ പറയുന്ന ചരിത്രസംഭവങ്ങൾ പലപ്പോഴും ചരിത്രരചനയുടെ തത്ത്വങ്ങൾ മറക്കുന്നത്. എന്നാൽ നാലാമത്തെ തത്ത്വമാണ് ഏറ്റവും കൂടുതൽ ശ്രദ്ധേയമാകുന്നത്. ചരിത്രപരമായ സാഹചര്യം നോവലിലെ കഥാപാത്രത്തിന് ഒരു പുതിയ അസ്തിത്വ സാഹചര്യം സൃഷ്ടിക്കണം എന്ന് മാത്രമല്ല, ചരിത്രം തന്നെ ഒരു അസ്തിത്വ സാഹചര്യമായി മനസ്സിലാക്കുകയും വിശകലനം ചെയ്യുകയും വേണം.' അത്തരമൊരു അനുഭവം പകർന്നുതരുന്ന നോവലാണ് കെ.ആർ. മീരയുടെ ഘാതകൻ.

ജീവിതത്തിലെ ഏറ്റവും വലിയ ദുരന്തം എന്താണ് എന്ന ചോദ്യം ഘാതകനിൽ ഉന്നയിക്കപ്പെടുന്നു. ആര്, എന്തിന് എന്നറിയാതെ കൊല്ലപ്പെടുന്നതാണ് എന്ന് അതിനുത്തരവും നൽകുന്നുണ്ട്. അതുകൊണ്ടാണ്, അത് അറിയാവുന്നതുകൊണ്ടാണ് ഘാതകൻ എന്ന നോവൽ ഒരു സത്യാന്വേഷണ നോവലായി മാറുന്നത്. രാജ്യത്ത് പ്രധാനമന്ത്രി നോട്ട് നിരോധിച്ചതിന്റെ എട്ടാം ദിവസം സത്യപ്രിയ എന്ന നാൽപ്പത്തിനാല്കാരിയെ ആരോ കൊല്ലാൻ ശ്രമിക്കുന്നു. തലനാരിഴയ്ക്ക് രക്ഷപ്പെട്ട സത്യപ്രിയ ആരാണിത് ചെയ്തത് എന്നും എന്തിനാണ് തന്നെ ആരോ കൊല്ലാൻ ശ്രമിക്കുന്നത് എന്നും കണ്ടെത്താനായി നടത്തുന്ന അന്വേഷണമാണ് ഘാതകനിലുള്ളത്. വധശ്രമത്തിൽ നിന്ന് രക്ഷപ്പെട്ട്, ജോലി ചെയ്യുന്ന കമ്പനിയിൽ നിന്ന് അവധിയെടുത്ത് സത്യപ്രിയ നാട്ടിലേക്ക് പോരുന്നു. വർഷങ്ങൾക്ക് മുമ്പ് ആരാലോ കത്തിക്കുത്തേറ്റതിനെ തുടർന്ന് ശയ്യാവലംബിയായ അച്ഛൻ വീട്ടിൽ വെച്ച് അവളോട് നിന്നെയും അവർ കൊല്ലും എന്ന് പറയുന്നു. ഇത് പറഞ്ഞ് ദിവസങ്ങൾക്കുള്ളിൽ അച്ഛൻ മരിക്കുന്നു. സത്യപ്രിയയ്ക്ക് ഒരു കാര്യം മനസ്സിലാകുന്നു. വർഷങ്ങൾക്ക് മുൻപു നടന്ന ചേച്ചി ശിവപ്രിയയുടെ മരണവും കൊലപാതകം ആയിരിക്കാം. എല്ലാം തമ്മിൽ ഒരു ലിങ്ക് ഉണ്ട് എന്നവൾക്കു തോന്നി. അച്ഛനെ കുത്തിയതും,

ചേച്ചിയെ കൊന്നതും, ഇപ്പോൾ തന്നെ കൊല്ലാൻ ശ്രമിക്കുന്നതും ഒരേ ആളുകൾ തന്നെയാണോ, എങ്കിൽ ആരാണവർ? എന്താണ് അവർ തങ്ങളെ കൊല്ലാനുള്ള കാരണം? ഇതിനെല്ലാം ഉത്തരം അവൾ കണ്ടുപിടിക്കേണ്ടിയിരിക്കുന്നു. അതും ഒറ്റയ്ക്ക്. അതും ഇൻഡ്യയിൽ. എത്ര രസകരമായ ദൗത്യം എന്ന് വിരുദ്ധോക്തിയിൽ അവൾ വർത്തമാനകാലത്തെ അടയാളപ്പെടുത്തുന്നു.

അധികാരത്തിന്റെ നൈതികത

വ്യക്തിപരമായ ലക്ഷ്യങ്ങൾ നേടിയെടുക്കാൻ അധികാരം ഉപയോഗിക്കുന്നത് ധാർമ്മികമായി തെറ്റാണെന്ന് പലരും കരുതുന്നു. ചിലരെ സംബന്ധിച്ചിടത്തോളം, അവർ ചെയ്യാത്ത എന്തെങ്കിലും ചെയ്യാൻ മറ്റുള്ളവരെ നിർബന്ധിക്കാനുള്ള കഴിവാണ് അധികാരം. അധികാരം ഒരാളെ മറ്റൊരാൾക്കുമേൽ ആധിപത്യം സ്ഥാപിക്കാനോ കീഴ്പ്പെടുത്താനോ അനുവദിക്കുന്നു. മറ്റ് തരത്തിലുള്ള ആഘാതങ്ങൾ പരാജയപ്പെടുമ്പോൾ ഒരാൾ അധികാരം ഉപയോഗിക്കുമെന്ന് അവർ പറയുന്നു. ധാർമ്മികമായി, അധികാരത്തിന്റെ ഈ നിഷേധാത്മക മുഖം അധികാരത്തിന്റെ ലക്ഷ്യത്തെ പരിമിതപ്പെടുത്തുന്നതും മനുഷ്യരെ ദ്രോഹിക്കുന്ന ഒന്നാണെന്നതുമായ ഒരു വീക്ഷണത്തിലേക്ക് പരിവർത്തനം ചെയ്യപ്പെടുന്നു. സമ്പദ് വ്യവസ്ഥയാണ് 'ഘാതകൻ' എന്ന നോവൽ പ്രശ്നവത്കരിക്കുന്ന അധികാരവ്യവസ്ഥ. പൊതുവിൽ രാഷ്ട്രവും കുടുംബവും പുരുഷകേന്ദ്രിതമായി പ്രവർത്തിക്കുന്നു. പണം പുരുഷന്മാർ കൈകാര്യം ചെയ്യുന്നു. അവ ക്രയവിക്രയം ചെയ്യുന്ന സമ്പദ് വ്യവസ്ഥയും അതിന്മേൽ അവർ നടത്തുന്ന ഇടപെടലുകളുടെ തിക്തഫലം അനുഭവിക്കേണ്ടി വരുന്ന ഒരു സ്ത്രീയെയും ഘാതകനിൽ നമുക്ക് കണ്ടെത്താം. പിതാവിന്റെ സാമ്പത്തിക ഇടപാടുകൾ തീർക്കാൻ കാമുകനാൽ കൂട്ടികൊടുക്കപ്പെടുന്ന അവസ്ഥയും വൃക്ക വിൽക്കേണ്ടി വരുന്ന സാഹചര്യവും വരെ സത്യപ്രിയ നേരിടുന്നു. നോവലിന്റെ തുടക്കം മുതൽ ഒടുക്കം വരെ നോട്ടുനിരോധനത്തിന്റെ (ഡിമോണിറ്റൈസേഷൻ) പ്രതിസന്ധികൾ എല്ലാ കഥാപാത്രങ്ങളും അനുഭവിക്കുന്നുമുണ്ട്. പണത്തിനുമേൽ അധികാരം ചെലുത്തിക്കൊണ്ട് എപ്രകാരമാണ് ഒരു വ്യവസ്ഥയും കുറെ വ്യക്തികളും മറ്റുള്ളവരുടെ മേൽ ആ അധികാരം ചെലുത്തുന്നതെന്നും മറ്റുള്ളവരുടെ ജീവിതം സങ്കീർണമാക്കിത്തീർക്കുന്നതെന്നുമുള്ള അന്വേഷണം കൂടിയാണ് ഈ നോവൽ.

ഭരിക്കാൻ ആഗ്രഹിക്കുന്നവരുടെ ശക്തി മറ്റുള്ളവരുടെ ഭയമാണെന്നു സമീറും ഭയപ്പെടുത്തി ഭരിക്കാനാവില്ല എന്നു സത്യപ്രിയയും വിശ്വസിക്കുന്നു. എത്ര ശ്രമിച്ചിട്ടും ഗാന്ധിജിയുടെ മുഖമേ തെളിഞ്ഞുള്ളു എന്ന് സത്യപിയ ഓർക്കുന്ന ഒരു സന്ദർഭം ഘാതകനിലുണ്ട്. ഘാതകൻ ഒരു രാഷ്ട്രീയ നോവലായും വായിക്കാം. ഗാന്ധിക്ക് പകരം ഗോഡ്സെയെ പ്രതിഷ്ഠിക്കുന്ന അധികാരബലതന്ത്രകൗശലത്തിന് എതിരായ പ്രതിരോധം കൂടിയാണ് ഈ നോവലിന്റെ രാഷ്ട്രീയം. ഗാന്ധി എന്നത് ഒരു വ്യക്തിയല്ല ഒരു ആശയമാണ്. ഇന്ത്യൻ രാഷ്ട്രഘടനയുടെ പിതൃരൂപമാണ് ഗാന്ധി. ഇന്ത്യൻ ജനതയുടെ ആത്മധൈര്യമായ ഈ പിതൃരൂപത്തെ ഉടച്ച്, ബദൽ രൂപങ്ങൾ സൃഷ്ടിക്കാനുള്ള ശ്രമം ഇന്ന് ശക്തമാണ്. ഇതിനെ നോവലിന്റെ ഇതിവൃത്തവുമായി ഇഴചേർത്ത് അവതരിപ്പിക്കാനുള്ള ശ്രമവും കാണാം.

നോട്ടുനിരോധനത്തിന്റെ രാഷ്ട്രീയം

നാണയ(കറൻസി)ത്തിന്റെ ഭാരവും പേരും മാറ്റാനും നാണയത്തിന്റെ പരിശുദ്ധി തങ്ങൾക്കിഷ്ടമുള്ളത് പോലെ താഴ്ത്താനും ഉയർത്താനും അതിനു പ്രജകളെ വിധേയരാക്കാനുമുള്ള അധികാരം തങ്ങളുടെ അനിഷേധ്യമായ ദൈവിക അവകാശത്തിന്റെ ഭാഗമാണെന്ന് മധ്യകാല രാജാക്കന്മാർ ചിന്തിച്ചു. നല്ല പൂർണ്ണ ഭാരമുള്ള നാണയത്തിന് ഭാരത്തിന്റെ അതേ മൂല്യം അവർ കല്പിച്ചു. ഇതിനെ മോർബസ് ന്യൂമെറിക്കസ് എന്നാണ് വിളിച്ചിരുന്നത്. പടിഞ്ഞാറൻ യൂറോപ്പിലെ എല്ലാ സംസ്ഥാനങ്ങളും സ്വീകരിച്ച നാണയ സമ്പ്രദായം ചാൾമെയ്ൻ സ്ഥാപിച്ചതാണ്. നൂറ്റാണ്ടുകളായി ഫ്രാൻസിലെ രാജാക്കന്മാർ അവരുടെ നാണയങ്ങളുടെ യഥാർത്ഥ പരിശുദ്ധിയും ഭാരവും സംരക്ഷിച്ചു പോന്നിരുന്നു. എന്നാൽ 11-ാം നൂറ്റാണ്ടിന്റെ തുടക്കത്തിൽ അവർ തങ്ങളുടെ നാണയത്തിന്റെ ഭാരം ഗണ്യമായി കുറച്ചു. അതോടെ അതിന്റെ പരിശുദ്ധി കുറഞ്ഞതായി ജനങ്ങൾ കരുതി. ഇത് രാജ്യത്ത് ഏറ്റവും ഭയാനകമായ ദുരിതങ്ങളും കോലാഹലങ്ങളും രാഷ്ട്രീയ അസ്വസ്ഥതകളും സൃഷ്ടിച്ചു. ഒരു രാജ്യത്തിന്റെ സാമ്പത്തിക വ്യവസ്ഥയിൽ ഗവൺമെന്റുകൾ മാറ്റം വരുത്തുമ്പോൾ, അത് രാജ്യത്തിന്റെ പൊതു നേട്ടത്തിന് വേണ്ടിയാണെന്ന് അവർ കരുതുന്നു, അവർ ഒരിക്കലും സ്വകാര്യ വ്യക്തികളുടെ താൽപ്പര്യങ്ങൾക്ക് മേലുള്ള നാണയത്തിന്റെ സ്വാധീനം പരിഗണിക്കില്ല. അവർക്ക് അങ്ങനെ ചെയ്യുന്നത്

അസാധ്യമായിരിക്കും എന്ന് ഇന്ത്യൻ കറൻസിയെക്കുറിച്ച് എഴുതിയ ഗ്രന്ഥത്തിൽ ഹെൻറി ഡണിംഗ് മക്ലിയോഡ് വ്യക്തമാക്കുന്നുണ്ട്. നോട്ട് നിരോധനമാണ് ഘാതകനിലെ കേന്ദ്ര പ്രമേയം. അവിടെ നിന്നങ്ങോട്ടുമിങ്ങോട്ടുമാണ് ഇതിവൃത്തം ചലിക്കുന്നത്. നോട്ടിന്മേലുള്ള അധികാരമാണ് ശരിയായ അധികാരം എന്ന് ജനങ്ങളറിഞ്ഞ ചരിത്രസന്ദർഭമായിരുന്നു നോട്ട് നിരോധനം. പണത്തെപ്പോലും ഇല്ലാതാക്കാനും പുതുക്കാനും അധികാരം ഉള്ള ഒരു ഭരണകൂടം വന്നിരിക്കുന്നു എന്ന് ജനത്തെ ബോധ്യപ്പെടുത്തൽ കൂടിയായിരുന്നു നോട്ട് നിരോധനത്തിന്റെ ലക്ഷ്യം. വോട്ട് വാങ്ങി സമ്പൂർണമായി ഭരണത്തിൽ വന്നതിനു ശേഷം രാജ്യത്തിന്റെ മുക്കിലും മൂലയിലും അധികാരമാറ്റത്തിന്റെ സന്ദേശമെത്തിക്കാനായി കൂടെയായിരുന്നു നോട്ട് നിരോധനം. ഇതാ ഈ രാജ്യത്തിന്റെ പണത്തിന് മേൽ സമ്പൂർണാധികാരി ഞങ്ങളാണ് എന്ന പ്രഖ്യാപനം. നോവലിൽ ഉടനീളം നോട്ട് നിരോധന പരാമർശങ്ങളുണ്ട്. ബാങ്കുകൾക്കു മുൻപിലെ നീണ്ട നിരയെക്കുറിച്ചും പെരുകി വന്ന ജനക്കൂട്ടത്തെക്കുറിച്ചും നിരയിൽ നിൽക്കെ കുഴഞ്ഞുവീണു മരിച്ചവരെക്കുറിച്ചും ഒക്കെ നോവലിൽ പറയുന്നുണ്ട്. 'എല്ലാവരും നോട്ടുകളെക്കുറിച്ചു സംസാരിച്ചു. കള്ളപ്പണം ഇല്ലാതായതിൽ ഭൂരിപക്ഷവും സന്തുഷ്ടരായിരുന്നു'. പിന്നീട്, സമ്പാദിച്ച പൈസ കൈയിൽ കിട്ടാൻ എന്തൊരു പാട് എന്നു പറയുന്ന സാഹചര്യമാണ് വന്നു ചേരുന്നത്. കഥയുടെ ഒഴുക്കിൽ അനായാസമായി വന്നു പോകാൻ സമ്മതിക്കാത്ത വിധം നോട്ട് നിരോധനം എല്ലായ്പോഴും കടന്നു വരുന്നു. അത് മറക്കാൻ സമ്മതിക്കില്ല എന്ന നോവലിസ്റ്റിന്റെ നിലപാട്, പണത്തെയും അധികാരത്തെയും കുറിച്ചുള്ള വിമർശനമായി നോവലിൽ മാറുന്നു. പണം ഫിക്ഷൻ ആണെന്ന് നിങ്ങൾ മനസ്സിലാക്കുന്നു. എന്നാൽ നിങ്ങൾ സാധാരണയായി അതിനെക്കുറിച്ച് ചിന്തിക്കാറില്ല. ഒരേ സമയം അറിയാനും അറിയാതിരിക്കാനുമുള്ള അസാമാന്യമായ കഴിവ് മനുഷ്യനുണ്ട്. അല്ലെങ്കിൽ, കൂടുതൽ ശരിയായി, മനുഷ്യർ അതിനെക്കുറിച്ച് ചിന്തിക്കുമ്പോൾ അവർക്ക് എന്തെങ്കിലും അറിയാൻ കഴിയും, എന്നാൽ മിക്കപ്പോഴും അവർ അതിനെക്കുറിച്ച് ചിന്തിക്കുന്നില്ല, അതിനാൽ അവർക്ക് അത് അറിയില്ല. അധികാരവും ഒരു ഫിക്ഷനാണ്. അതിനെക്കുറിച്ചു ചിന്തിച്ചാൽ നിങ്ങൾക്ക് സത്യം അറിയാനാവും. അതിനുവേണ്ടി ഊർജ്ജവും സമയവും കളയാൻ നിങ്ങൾ തയ്യാറുണ്ടോ എന്നതാണ് ചോദ്യം. ജീവിതം ഓരോരുത്തർക്കും ഒരു യുദ്ധമാണ്. ഒരു യുദ്ധ

ത്തിനിടയിൽ, മറ്റൊന്നിനും നിങ്ങൾക്ക് സമയമില്ല. സത്യാനന്തര കാലഘട്ടത്തിൽ അതുകൊണ്ട് സത്യം തേടുന്നതും ഒരു യുദ്ധമാണ്. ഘാതകന്റെ എഴുത്തിനെയും വായനയെയും സ്വാധീനിക്കുകയും അർഥാന്തരപ്പെടുത്തുകയും ചെയ്യുന്ന സമകാലികസാമൂഹിക സന്ദർഭത്തെ വിശദീകരിക്കുന്ന ഒരു സംജ്ഞയായി സത്യാനന്തരത്തെ പി. കെ. രാജശേഖരൻ ചൂണ്ടിക്കാണിക്കുന്നുണ്ട്.

ഓർമ്മയുടെ ദുർഗന്ധം

ഓർമ്മ കൊണ്ട് പൂരിപ്പിക്കുന്ന ഇതിവൃത്തമാണ് ഘാതകന്റേത്. ഓർമ്മകളുടെ വിഴുപ്പുഭാണ്ഡങ്ങൾ ഓരോന്നായി സത്യപ്രിയ ഓർത്തെടുക്കുകയാണ്. എത്രയെത്ര അനുഭവങ്ങൾ ഒരാളുടെ ഓർമ്മയിൽ പുറത്തുചാടാൻ വെമ്പൽപൂണ്ടു കിടക്കുന്നുവെന്നോർത്ത് നാം അത്ഭുതം കൊണ്ടാൽ അത് തെറ്റാണെന്നു പറയാനാവില്ല. സത്യപ്രിയ മറക്കാൻ ആഗ്രഹിച്ച പലതും പല സന്ദർഭങ്ങളിലായി അവൾ ഓർമ്മിക്കുന്നു. വീടിനു തീ പിടിച്ചതും കിണറ്റിൽ ആരോ വിഷം കലക്കിയതും അച്ഛനെ ആരോ കുത്തി വീഴ്ത്തിയതും ആദ്യം അവൾ ഓർക്കുന്നു. ആ സംഭവങ്ങൾ തമ്മിലുള്ള ബന്ധം മനസ്സിലാക്കാൻ കഴിയാതെ പോയതിൽ അവൾ ദു:ഖിക്കുന്നു. ജീവിത കാലത്ത് അവൾ കണ്ടിട്ടുള്ള നോട്ടുകളൊക്കെ ഓർത്തെടുക്കാൻ ശ്രമിക്കുന്നതും നോവലിലുണ്ട്. അച്ഛന്റെ തടിപ്പെട്ടിയും ചിലതൊക്കെ അവളുടെ ഓർമ്മയിലേക്കു കൊണ്ടുവരുന്നു. പെട്ടി തുറന്നപ്പോൾ ദുസ്സഹമായ ദുർഗന്ധം പരന്നു. അതിൽ ഒരു ഭരണിയാണ് ഉണ്ടായിരുന്നത്. അതിനുള്ളിൽ ഫോർമാലിനിൽ മുങ്ങി ഒരു ഭ്രൂണം തലകുത്തി നിന്ന് ഉറങ്ങുന്നുണ്ടായിരുന്നു. അച്ഛന്റെ ഉള്ളിലും മരിച്ചു പോയതെന്തോ ഫോർമാലിനിൽ സൂക്ഷിച്ചിരുന്നതായി അവൾക്കു തോന്നി. അതുകൊണ്ടായിരികണം അച്ഛന്റെ ശ്വാസവായുവിനും അത്ര ദുർഗന്ധമെന്ന് അവൾ ഉറപ്പിച്ചു. ആ ഭ്രൂണം ഇരുപത്തിനാല് കൊല്ലമായി ആ വീട്ടിൽ ആരുമറിയാതെ സൂക്ഷിച്ചിരിക്കുകയായിരുന്നു എന്ന് അവൾ ഒരു ഞെട്ടലോടെ ഓർത്തു. അച്ഛന്റെ പെട്ടിയിൽ നിന്നും കിട്ടിയതുപോലെ ഒരു ചില്ലുഭരണി അവളുടെ ഉള്ളിലും ഉണ്ടായിരുന്നു. ഓർമ്മകൾ ഇട്ടുവെക്കുന്ന ഒന്ന്. അവളുടെ ഘാതകൻ പൊട്ടിച്ചത് ആ ഭരണിയാണ്.

വിജയത്തിന്റെയും പരാജയത്തിന്റെയും ഭൂപടത്തിൽ ആരുടെ ജീവിതം കൃത്യമായി സ്ഥാപിക്കാനാകും എന്നു റാൽഫ് കെയ്സ് ചോദിച്ചിട്ടുണ്ട്. ചിലപ്പോൾ, ഒരു ഘട്ടത്തിൽ വിജയമെന്ന് തോന്നു

ന്നത് മറ്റൊരു ഘട്ടത്തിൽ പരാജയമാണെന്ന് തെളിയിക്കുന്നു. വിജയവും പരാജയവും സാഹചര്യങ്ങൾ, കാലം, സമ്പദ്‌വ്യവസ്ഥ, പൊതുമാനസികാവസ്ഥയിലെ വ്യതിയാനങ്ങൾ എന്നിവയെ ആശ്രയിച്ചിരിക്കുന്നു. അച്ഛന്റെ കഥ ചുരുളഴിയുംതോറും കൂടുതൽ സങ്കീർണ്ണമാവുകയാണെന്നു സത്യപ്രിയ മനസ്സിലാക്കി. കണ്ടെത്താനുള്ള കാര്യങ്ങളെക്കുറിച്ച് ഒരു കഥ അവളുടെ ഉള്ളിൽ രൂപപ്പെട്ടു. ഏഴാം ആഴ്ചത്തെ ഭ്രൂണത്തെ പോലെ അതവളുടെ ഉള്ളിൽക്കിടന്നു. കൈയും കാലുമുണ്ടെങ്കിലും മടക്കാൻ പറ്റില്ല. ഹൃദയവും കരളും പൊക്കിൾക്കൊടിയും ഉണ്ട്. എന്നാൽ ഉടലില്ല. തലച്ചോറുണ്ട്, തലയില്ല. കണ്ണുണ്ട്. മുഖവും മുഖച്ഛായയും ഇല്ല. കഥ കഥയായിത്തീർന്നിരുന്നില്ല എന്നു സൂചിപ്പിക്കാൻ ഇതിലും നല്ലൊരു രൂപകം വേറെയില്ല. തുടർച്ചയായി ചെറിയ കുട്ടികളെ ഉപദ്രവിച്ച അച്ഛനെക്കുറിച്ചോർത്ത് സത്യപ്രിയ വേദനിച്ചു. അച്ഛനെക്കുറിച്ചുള്ള ഓരോ വാർത്തയും അവളുടെ ചങ്കിനെ തുളച്ചു. അച്ഛനെ ആരാധനയോടെ നോക്കി നിന്ന ഒരു എട്ടുവയസ്സുകാരി അവളുടെ ഉള്ളിലുണ്ടായിരുന്നു. അച്ഛനെക്കുറിച്ചു നല്ലതു കേൾക്കാൻ അവൾ ആഗ്രഹിച്ചു, നല്ലതു മാത്രം പറയാനും. പക്ഷേ, അച്ഛൻ അവൾക്ക് സമ്മാനിച്ചത് അപമാനമായിരുന്നു. അച്ഛൻ മരിച്ചു കഴിഞ്ഞപ്പോൾ അത് പത്തിരട്ടിയായി അവൾക്ക് ലഭിച്ചു. അച്ഛന്റെ ആണത്ത പ്രകടനങ്ങളുടെ കഥകൾ അവളെ വീർപ്പുമുട്ടിച്ചു. മേൽജാതിയായിരുന്നെങ്കിലും അച്ഛൻ സമ്പന്നനായിരുന്നില്ല. കീഴ്ജാതിയായിരുന്നെങ്കിലും അമ്മ സമ്പന്നയായിരുന്നു. വിവാഹ ശേഷം അയാൾ സമ്പന്നനായി. അച്ഛൻ ചെയ്ത തോന്ന്യാസങ്ങളാണ് സത്യപ്രിയ തേടിയ കഥയെ ഇത്ര സംഘർഷമുള്ളതാക്കുന്നത്. കുടുംബജീവിതത്തിലേക്കു പ്രവേശിക്കുന്നതിനു മുൻപും അയാൾ തോന്ന്യാസം ചെയ്തിട്ടുണ്ട്. അതിനു മേൽജാതി മഹത്വം കാരണമായി കരുതാം. അതോടൊപ്പം പണം കൂടെ ചേരുകയാണ്. ആ പണം ഒടുവിൽ സത്യപ്രിയയിലെത്തുന്നു. അപ്പോൾ അവൾ അച്ഛനെ മനസ്സിലാക്കാൻ ശ്രമിക്കുന്നു. അവളുടെ സത്യാന്വേഷണം ഒരു പാഠം അവളെ പഠിപ്പിച്ചു. ഒരാളുടെ സുരക്ഷിതത്വം മറ്റൊരാളുടെ അരക്ഷിതത്വമാണ്.

സത്യാന്വേഷണവും കുറ്റാന്വേഷണവും

ദൈവത്തിന്റെ ചിരിയുടെ പ്രതിധ്വനിയായാണ് നോവലിന്റെ കല ലോകത്തിലേക്കു വന്നത് എന്ന് കുന്ദേര എഴുതിയിട്ടുണ്ട്. മനുഷ്യൻ ചിന്തിക്കുന്നു, ദൈവം ചിരിക്കുന്നു എന്നൊരു ജൂത പഴഞ്ചൊ

ല്ലിൽ നിന്നാണ് അദ്ദേഹം നോവലിന്റെ പിറവിയെക്കുറിച്ച് സങ്കല്പിച്ചു തുടങ്ങുന്നത്. എന്നാൽ മനുഷ്യൻ ചിന്തിക്കുന്നത് കണ്ട് ദൈവം ചിരിക്കുന്നതെന്തുകൊണ്ട് എന്ന് അദ്ദേഹം ആശ്ചര്യപ്പെടുന്നു. മനുഷ്യൻ ചിന്തിക്കുകയും സത്യം അവനിൽ നിന്ന് രക്ഷപ്പെടുകയും ചെയ്യുന്നു എന്ന് കണ്ടെത്തുകയും ചെയ്യുന്നു. എത്രത്തോളം ചിന്തിക്കുന്നുവോ അത്രയധികം ഒരാളുടെ ചിന്ത മറ്റൊരാളിൽ നിന്ന് വ്യതിചലിക്കുന്നു. മറ്റൊരു കാരണം മനുഷ്യൻ ഒരിക്കലും ഒരാൾ വിചാരിക്കുന്നത് പോലെയല്ല. സത്യം എപ്പോഴും വഴുതിപ്പോകുന്നു. സത്യത്തിന്റെ ഉറപ്പും മറ്റുള്ളവരുടെ ഏകകണ്ഠമായ യോജിപ്പും നഷ്ടപ്പെടുന്നതിലൂടെയാണ് മനുഷ്യൻ ഒരു വ്യക്തിയാകുന്നത്. വ്യക്തികളുടെ സാങ്കൽപ്പിക പറുദീസയാണ് നോവൽ. ആർക്കും സത്യം കൈവശമില്ലാത്ത പ്രദേശമാണത്. അവിടെ എല്ലാവരും സത്യാന്വേഷികളാണ്.

സത്യപ്രിയയുടെ സത്യാന്വേഷണവും ഇൻസ്പെക്ടർ അനുരൂപ് ഷെട്ടിയുടെ കുറ്റാന്വേഷണവും ഘാതകനെ ഒരു ഇൻവെസ്റ്റിഗേഷൻ നോവലാക്കി മാറ്റുന്നു. സത്യപ്രിയയുടെ മനസ്സിൽ ഒരിക്കലും തുറക്കാൻ പാടില്ലായെന്നു കരുതി അടച്ച പ്രേമങ്ങളുടെ, വിശ്വാസങ്ങളുടെ, സന്തോഷങ്ങളുടെ നിരവധി ശവക്കുഴികൾ അനുരൂപ് അന്വേഷണത്തിനിടയിൽ ഒറ്റയടിക്ക് തുറക്കുന്നു. അയാളുമായുള്ള സംസാരങ്ങൾ അവളെ ഇളക്കിമറിക്കുന്നു. കേസ് അന്വേഷിക്കുമ്പോൾ ഒരുപാട് ചോദ്യങ്ങളും ഉത്തരങ്ങളും ഉണ്ടാവേണ്ടതുണ്ട് എന്ന് അനുരൂപ് അവളെ ഓർമ്മിപ്പിക്കുന്നുണ്ട്. പണം സമ്പാദിക്കുന്നതിനെക്കാൾ പ്രയാസമാണു സത്യങ്ങൾ സമ്പാദിക്കാൻ എന്നു സത്യപ്രിയക്ക് ബോധ്യമാകുന്നത് അയാളുമായുള്ള സംസാരങ്ങളിലൂടെയാണ്. പ്രാണനെക്കാൾ കൂടുതൽ സ്നേഹിച്ചവരാണ് തന്നെ ഇല്ലാതാക്കാൻ മുതിരുന്നത് എന്നറിയുമ്പോൾ അവൾ സ്തബ്ധയായി പോകുന്നു. അവൾ ആത്മകഥ എഴുതാൻ തീരുമാനിക്കുന്നു. അച്ഛനോട് ചെയ്തത് തെറ്റായിപ്പോയി എന്നവൾ ആത്മവിമർശനം ചെയ്തു. സത്യപ്രിയയുടെ സത്യാന്വേഷണം അങ്ങനെ ആത്മാന്വേഷണമായി മാറുന്നു. സ്വന്തം ജീവിതത്തെ മനസ്സിലാക്കുന്നതോടു കൂടി അവർക്ക് സത്യം ബോധ്യപ്പെടുന്നു. സത്യത്തെ ത്തേടുന്നവരുടെ മുമ്പിൽ ഭീഷണികൾ എത്തും. നോവൽ അവസാനിക്കുന്നത് സത്യപ്രിയയ്ക്കു വരുന്ന 'ദെയർ ഈസ് ആൾവെയ്സ് അനദർ ചാൻസ്' എന്ന കോൾ സന്ദേശത്തിലാണ്. ഒന്നും ഒരിടത്തും അവസാനിക്കുന്നില്ല. വർത്തമാനകാല ഇന്ത്യൻ രാഷ്ട്രീ

യവും സാമൂഹികജീവിതവും ഘാതകനിലും അവസാനിക്കുന്നില്ല.

ഗ്രന്ഥസൂചി

1. കെ.ആർ. മീര, ഘാതകൻ, 2021, ഡി സി. ബുക്സ് കോട്ടയം.

2. Milan Kundera, The Art of the Novel, 2005, faber and faber, London.

ഡോ. തോമസ് സ്കറിയ

കോട്ടയം ജില്ലയിലെ കുറിച്ചിത്താനം സ്വദേശി. പാലാ സെന്റ് തോമസ് കോളേജിൽ മലയാള വിഭാഗം അസോസിയേറ്റ് പ്രൊഫസർ. ടെറി ഈഗിൾട്ടൺ: സിദ്ധാന്തം സൗന്ദര്യം സംസ്കാരം, ലോക കഥയുടെ ചരിത്രവും സൗന്ദര്യവും, ദെല്യൂസ്: സാഹിത്യം ദർശനം സിനിമ തുടങ്ങിയവ പ്രധാന കൃതികൾ. ടെറി ഈഗിൾട്ടൺ എന്ന കൃതിയ്ക്ക് 2023-ലെ സമദർശന സാഹിത്യ പുരസ്കാരം ലഭിച്ചിട്ടുണ്ട്.

ഫോൺ: 8547508464

email: drthomasscaria@gmail.com

❍❍

ഒരു 'മീരാസാധു'വിന്റെ ആത്മകഥ

ഡോ. സ്വപ്ന ആന്റണി

ഈ നൂറ്റാണ്ടിലെ നോവൽസാഹിത്യം ആഖ്യാനത്തിലും പ്രമേയത്തിലും പുതുവഴികളിലൂടെ സഞ്ചരിച്ചുകൊണ്ട് ഭാവുകത്വവിച്ഛേദം പ്രഖ്യാപിക്കുകയുണ്ടായി. അതുവരെയുള്ള എഴുത്തുരീതികളും ലോകബോധവും കർതൃത്വ സങ്കൽപ്പനങ്ങളും പൊളിച്ചെഴുതുന്ന മട്ടിലുള്ള നോവലുകളാണ് ഈ കാലഘട്ടത്തിൽ ഉണ്ടായിട്ടുള്ളത്. പുരുഷാധികാരത്തിൽ അധിഷ്ഠിതമായ സമൂഹത്തിന്റെ നിയമങ്ങളും നീതിബോധവും സ്ത്രീസ്വത്വത്തെ കർതൃപദവിയിൽ നിന്ന് നിരാകരിക്കുവാൻ ശ്രമിച്ചതിനോടുള്ള എതിർപ്പിന്റെ ശബ്ദങ്ങൾ പ്രബലമായ ഒരു കാലം കൂടിയാണിത്. സ്ത്രീസ്വത്വബോധത്തിന്റെ തീക്ഷ്ണശബ്ദങ്ങൾ അടങ്ങിയ നിരവധി രചനകൾ കൊണ്ട് ഇക്കാലത്തെ മലയാളസാഹിത്യം സമ്പന്നമാണ്. മുഖ്യധാരാസാഹിത്യം രണ്ടാംകിടയെന്ന് മാറ്റിനിർത്തിയ സ്ത്രൈണസർഗാത്മകത, തങ്ങളെ ബന്ധിച്ചിരുന്ന സമൂഹത്തിന്റെ ചങ്ങലക്കെട്ടുപൊട്ടിച്ച് സ്വാതന്ത്ര്യം പ്രഖ്യാപിക്കുകയുണ്ടായി ഇക്കാലത്ത്. ലളിതാംബികാ അന്തർജ്ജനവും ബി. സരസ്വതി അമ്മയും രാജലക്ഷ്മിയും മാധവിക്കുട്ടിയും ഒക്കെ തുറന്നുവെച്ച വഴികളിലൂടെ ആഖ്യാനത്തിന്റെ പുതുമേഖലകൾ കണ്ടെത്തിയ സാറാ ജോസഫും ഗ്രേസിയും വത്സലയും കെ.ആർ. മീരയും ഒക്കെ പെണ്ണെഴുത്തിന്റെ തീവ്രത അടയാളപ്പെടുത്തി. സ്ത്രീമനസ്സിലെ ചിന്തകളും ഉൽക്കണ്ഠകളും ശക്തമായി ആവിഷ്കരിക്കാൻ ഈ സ്ത്രീരചനകൾക്ക് കഴിയുകയുണ്ടായി.

'ആത്മനിർവചനത്തിനു വേണ്ടിയുള്ള അന്വേഷണം, സ്വത്വസംസ്ഥാപനം, കർതൃത്വത്തിലേക്കുള്ള സ്വയാധികാരം എന്നിങ്ങനെ വ്യത്യസ്ത ധർമ്മങ്ങളാണ് സ്ത്രീകളുടെ എഴുത്തിനുള്ളത്.' (ജിസ ജോസ്, 2020, 163). പുരുഷന്റെ കാഴ്ചകളിലൂടെ മാത്രം രൂപപ്പെട്ട

ലോകബോധത്തിന്റെ മിഥ്യാധാരണകളെ തിരുത്തി എഴുതിക്കൊണ്ട് പ്രപഞ്ചത്തോളം വികസിക്കുന്ന പെൺരചനകളുടെ കരുത്ത് മലയാള നോവലിനെ പുതിയ ആകാശങ്ങളിലേക്ക് ഉയർത്തുന്നു. ഇക്കൂട്ടത്തിൽ, ആഖ്യാനത്തിലും പ്രമേയത്തിലും വൈവിധ്യം പുലർത്തുന്ന കെ.ആർ. മീരയുടെ ഒരസാധാരണ നോവലാണ് 'മീരാസാധു'. പെൺമയുടെ തീക്ഷ്ണതയാണ് ഈ കൃതിയെ വ്യത്യസ്തമാക്കുന്നത്.

ഐഐടിയിൽ പഠിച്ച് റാങ്കോടെ പാസായി ശാസ്ത്രജ്ഞ ആകണമെന്ന് ആഗ്രഹിച്ച തുളസി എന്ന സ്ത്രീയുടെജീവിതത്തിലെ ഭൂതകാലവും വർത്തമാനകാലവും ഇടകലർത്തി രചിച്ച മനോഹരമായ ഒരു നോവലാണ് മീരാസാധു. ഇരുപത്തിയേഴ് സ്ത്രീകളുടെ പ്രണയമായിരുന്ന മാധവൻ എന്ന മാധ്യമപ്രവർത്തകൻ തുളസി എന്ന പെൺകുട്ടിയെ കണ്ടുമുട്ടുകയും മധുരവചനങ്ങൾ കൊണ്ട് അവളെ പാട്ടിലാക്കുകയും ചെയ്യുന്നു. തുളസിയാവട്ടെ തന്റെ കുടുംബവും വീട്ടുകാർ ഉറപ്പിച്ച വിവാഹവും ഭാവിയും വേണ്ടെന്ന് വെച്ച് വിവാഹത്തലേന്ന് മാധവനോടൊപ്പം ഒളിച്ചോടുന്നു. വൈകാതെ അവർക്ക് രണ്ടു കുട്ടികൾ ഉണ്ടായി, കണ്ണനും ഉണ്ണിയും. എന്നാൽ മാധവന്റെ ജീവിതത്തിലേക്ക് വീണ്ടും വീണ്ടും പുതിയ സ്ത്രീകൾ കടന്നുവന്നുകൊണ്ടിരുന്നു. ഒടുവിൽ, ഭാമ എന്ന നർത്തകിയ്ക്കുവേണ്ടി മാധവൻ തുളസിയോട് വിവാഹമോചനം ആവശ്യപ്പെടുന്നു. തുളസി തന്റെ രണ്ടുമക്കളെയും വിഷം കൊടുത്തുകൊന്ന് മധുരയിലെ വൃന്ദാവനിലെത്തി മീരാസാധുക്കളുടെ കൂടെ കഴിയുന്നു. പിന്നീട് തന്നെ കണ്ടു മാപ്പ് പറയാനും കൂടെക്കൂട്ടാനും എത്തിയ മാധവനെ പരിഹസിച്ചു ചിരിച്ചുകൊണ്ട് മടങ്ങിപ്പോയി, കുരങ്ങുകളുമായി കടിപിടി കൂടി, ഗോവിന്ദ്ദേവ് ക്ഷേത്രത്തിന്റെ മൂന്നാം നിലയിൽ ഇരുട്ടിലും രക്തത്തിലും കുളിച്ച് ശവം തീനി ഉറുമ്പുകളിൽ വിലയം പ്രാപിക്കാൻ ഉന്മാദത്തോടെ കാത്തുകിടക്കുന്ന തുളസിയെ അവതരിപ്പിച്ചുകൊണ്ട് മീരാസാധുവിന്റെ ആത്മകഥ അവസാനിക്കുന്നു.

'പാൽ പോലെയാണ് പ്രേമം. നേരത്തോട് നേരം കഴിഞ്ഞാൽ പുളിക്കും പിരിയും വിഷമാകും. മാധവൻ എനിക്ക് ആ വിഷം തന്നു. ഞാൻ മരിച്ചില്ല. പകരം അയാളെ കൊന്നു.' തന്നോട് മാധവൻ നിരന്തരം പറഞ്ഞ അനന്തമായ പ്രണയത്തിലാണ്ടു മുങ്ങി, പ്രിയപ്പെട്ടതെല്ലാം ഉപേക്ഷിച്ചു പോയ തുളസി വിവാഹശേഷം കുറച്ചുനാൾ കഴിഞ്ഞപ്പോൾ അയാളുടെ വാഗ്ദാനങ്ങളും മധുരഭാ

ഷണങ്ങളും പ്രണയവും എല്ലാം വ്യാജമാണെന്ന് തിരിച്ചറിയുന്നു. ഒരു പുരുഷന് ഒരു സ്ത്രീയിൽ മാത്രം ഒതുങ്ങി നിൽക്കാൻ സാധിക്കില്ലെന്ന് പറഞ്ഞുകൊണ്ട് മാധവൻ പലരുടെയും ആകുന്നതവൾ തിരിച്ചറിയുന്നു. മറ്റെല്ലാം ഉപേക്ഷിച്ചു താൻ നേടിയെടുത്തത് പിന്നീട് പലരും പങ്കുവെക്കുന്നത് നിസ്സഹായയായി അവൾക്ക് നോക്കിനിൽക്കേണ്ടി വരുന്നു.

പ്രണയിക്കുമ്പോൾ തന്നെത്തന്നെ വിസ്മരിക്കുകയും പ്രണയത്തിനു മുമ്പിൽ ആത്മാഭിമാനം പോലും കൈവെടിയാൻ തയ്യാറാവുകയും ചെയ്യുന്ന സ്ത്രീകളിൽ ഒരാൾ ആയിരുന്നു തുളസി. താൻ പ്രണയിക്കപ്പെടുകയല്ല ചതിക്കപ്പെടുകയാണ് എന്ന തിരിച്ചറിവിലും അയാൾ തന്നെ ചുംബിക്കുമ്പോൾ സ്വയം അലിഞ്ഞു പോകുന്നവൾ... അവിടെനിന്ന് സ്വന്തം കുഞ്ഞുങ്ങളുടെ ജീവനെടുത്ത്, സമനില തെറ്റി തിരുവനന്തപുരം മെഡിക്കൽ കോളജിലെ സൈക്യാട്രി വാർഡിൽ തൊണ്ണൂറ് ദിവസത്തെ ചികിത്സ. പിന്നീട് അച്ഛനോടൊപ്പം വീട്ടിൽ മടങ്ങിയെത്തുന്നു. എന്നാൽ വീണ്ടുംഡൽഹിയിലേക്ക് ഒളിച്ചോടി വൃന്ദാവനത്തിൽ ഒരു ഭിക്ഷുകിയായി ശേഷം ജീവിതം ജീവിച്ചുകൊണ്ട് മാധവനോട് പ്രതികാരം ചെയ്യുന്ന മീരാസാധുവിലേക്കുള്ള തുളസിയുടെ ജീവിതപരിവർത്തനമാണ് ഈ നോവലിന്റെ കേന്ദ്രബിന്ദു. പ്രണയിച്ച പുരുഷനെ വിശ്വസിച്ച് ഒന്നിച്ചുള്ള ജീവിതത്തിന് വേണ്ടി തന്റേതായ സ്വപ്നങ്ങളെ എല്ലാം നഷ്ടപ്പെടുത്തുന്ന ഒരു സ്ത്രീ, ഒടുവിൽ അവൾ അയാളാൽ തന്നെ പരിത്യക്ത ആവുമ്പോഴുള്ള വേദനയുടെ ആഴത്തിലേക്ക് വായനക്കാരെ കൂട്ടിക്കൊണ്ടു പോകാൻ നോവലിസ്റ്റിന് കഴിഞ്ഞിട്ടുണ്ട്.

പ്രണയവും ഭക്തിയും സഞ്ചരിക്കുന്നത് ഒരേ വഴിയിലാണ്. അതിന്റെ ലഹരിയിൽ അലിഞ്ഞ് സ്വയം നഷ്ടപ്പെട്ടുപോയവളാണ് തുളസി. മാധവനോടുള്ള പ്രണയത്താൽ അന്ധയായി എല്ലാ ആഗ്രഹങ്ങളും ഉപേക്ഷിച്ച് അവന്റെ ദാസിയായി ജീവിച്ച അവളെ അതേപ്രണയം മധുരയിലെ വൃന്ദാവനത്തിനിലെ കൃഷ്ണഭജനുകൾ പാടിനടക്കുന്ന യാചകിയാക്കി, മീരാസാധുവാക്കി മാറ്റി. അവൾക്ക് ഒരിക്കലും കൃഷ്ണന്റെ രാധയാവേണ്ടായിരുന്നു. മീര ആയാൽ മതിയായിരുന്നു. രാധ പതിനാറായിരത്തെട്ട് പ്രണയങ്ങളിൽ ഒരുവൾ ആണ്. മീരയാവട്ടെ ഒന്നേയുള്ളൂ. പ്രായമായ ചമേലി ഭായിയോട് ഒരിക്കൽ തുളസി അത് പറയുന്നുമുണ്ട്. അപ്പോൾ നബനീത അവളെ കളിയാക്കി ചിരിക്കുന്നു. 'കണ്ണു തുറന്നു നോക്കെടീ, ഇക്കാണുന്നതെല്ലാം മീരമാരാണ്. ഭർത്താവിന്റെ കൊട്ടാര

വും സുഖങ്ങളും ഉപേക്ഷിച്ച് പ്രേമത്തിനു വേണ്ടി ഒളിച്ചോടിയവർ... ഭ്രാന്ത് പിടിച്ച് നിരത്തിലലഞ്ഞവർ. കൃഷ്ണൻ കള്ളൻ.... തെമ്മാടി.... അവന് എല്ലാ പെണ്ണുങ്ങളും ഒരുപോലെ..... അവന് നിന്റെ ശരീരം മതി. ശരീരം മാത്രം.' (മീരാസാധു, 2023, 49)

മാധവൻ ഭഗവാൻ കൃഷ്ണനെപ്പോലെ പല സ്ത്രീകളിൽ അഭിരമിച്ചു ജീവിക്കുമ്പോൾ തുളസി അവനെ മാത്രം സ്നേഹിച്ച് അവന്റെ പ്രണയത്തിനു വേണ്ടി തന്റെ സർവ്വവും ഉപേക്ഷിച്ച് അവന്റെ കാൽക്കീഴിൽ സ്വയം സമർപ്പിക്കുന്ന ദാസിയായി മാറുന്നു. 'മാധവൻ എന്റേതാണ്. ഞാൻ ഇനിയും അയാളെ പ്രേമിക്കും. പ്രേമം കൊണ്ട് പരാജയപ്പെടുത്തും. പവിത്രീകരിക്കും. ഒടുവിൽ അയാളിൽ തന്നെ വിലയം പ്രാപിക്കും.' (പുറം 72). മാധവന്റെ സ്നേഹത്തിനായി തന്റെ പ്രിയപ്പെട്ടതെല്ലാം പിന്നിൽ ഉപേക്ഷിച്ചു വന്ന തുളസിയുടെ ജീവിതം പ്രണയത്തിന് ഒരേസമയം ക്രൂരവും മനോഹരവുമായ വശങ്ങളുണ്ടെന്ന് കാണിച്ചുതരുന്നു.

'ഒരു പുരുഷന് അവനെ ആഹ്ലാദിപ്പിക്കുന്ന സ്ത്രീയെ മാത്രമേ സ്നേഹിക്കുവാൻ കഴിയൂ. ഒരു സ്ത്രീക്ക് തന്നെ വേദനിപ്പിക്കുന്നവനെയും സ്നേഹിക്കാൻ കഴിയും.' മീരയുടെ ഈ വാക്കുകൾ നോവലിൽ ഉടനീളം നമുക്ക് കാണാം. ഒരു പെണ്ണിന്റെ പ്രതികാരാഗ്നിയിൽ പ്രണയം ഉരുകിച്ചാമ്പലാകുന്നതിന്റെ ചൂട് വായനക്കാരനും അനുഭവപ്പെടും. പകയോടെ പ്രണയിക്കുന്ന മീരയായി മാറുന്ന തുളസി, ഭക്തിയുടെ മറ്റൊരു മുഖം കൂടിയാണ്.' പതിനായിരത്തിൽ ഞാനും ചേർന്നു. മീരാസാധുക്കളുടെ വസ്ത്രങ്ങൾ അലക്കി. അവരെ ശുശ്രൂഷിച്ചു, ഭക്ഷണം പാകം ചെയ്തു, കൈ പിടിച്ചു ദർശനത്തിന് കൊണ്ടുപോയി, ഗോവിന്ദേവ ക്ഷേത്രത്തിന്റെ മൂന്നുനിലകൾ അടിച്ചുവാരി, ക്ഷേത്രത്തിന്റെ നടപ്പാതകൾ വൃത്തിയാക്കി, എല്ലാം മാധവനുള്ള അർച്ചനകൾ. പകയുടെ പുഷ്പാഞ്ജലികൾ' (പുറം 32). അയാളോടുള്ള പ്രേമം അവളുടെ മനസ്സിൽ പകയായി വൈരാഗ്യമായി വിഷം വമിപ്പിച്ചുകൊണ്ടിരുന്നു. അവളുടെ 12 വർഷത്തെ കാത്തിരിപ്പിന് ശേഷമാണ് വീണ്ടും അവർക്കിടയിൽ ഒരു കൂടിക്കാഴ്ച ഉണ്ടാകുന്നത്. 'മാധവൻ എന്റെ ഭർത്താവ്, എന്റെ ശത്രു, എന്റെ ഏക പുരുഷൻ, എന്റെ രണ്ടു കുട്ടികളുടെ അച്ഛൻ' കൊഴിഞ്ഞ പല്ലുകളും കുഴിഞ്ഞ കണ്ണുകളും എല്ലുംതോലുമായ ശരീരവും മൊട്ടത്തലയും കീറിയ സാരിയുമായി അവൾ ഒരു കൃഷ്ണ സർപ്പത്തെപ്പോലെ പകയുടെ ഫണം വിടർത്തിയാണ് അയാളെ എതിരേൽക്കുന്നത്. പ്രതികാരം പൂർത്തിയാക്കുവാൻ അവൾ

മുട്ടുകാലിൽ ഇഴഞ്ഞ് അയാൾക്ക് മുന്നിലേക്ക് ഭിക്ഷാപാത്രം നീട്ടി 'പാവത്തിന് എന്തെങ്കിലുംതരൂ മഹാശയ്...' എന്ന് യാചിക്കുന്നു. പകയോടെ പ്രണയിക്കുന്ന ഒരു സ്ത്രീയുടെ മനസ്സാണ് ഇവിടെ നോവലിസ്റ്റ് തുറന്നുവെയ്ക്കുന്നത്. പ്രണയത്തിന്റെ രാധാഭാവത്തിൽ നിന്ന് മീരാസാധുവായി അപ്പോഴേക്കും അവൾ മാറിയിരുന്നു. പ്രണയത്തിന്റെ ആഴക്കടലിൽ സ്വയം നഷ്ടപ്പെട്ട ഒരു പ്രതികാര കഥയായി അങ്ങനെ ഇതു മാറുന്നു. പരമ്പരാഗതമായ പ്രതികാര വും പകയും അല്ല ഇവിടെ കാണുന്നത്. മറിച്ച് അവനവനെ വേദ നിപ്പിച്ചുകൊണ്ട്, വിരൂപയാക്കിക്കൊണ്ട്, സ്വത്വബോധത്തെ നിരാ കരിച്ചുകൊണ്ട്, കർതൃത്വത്തെ ചവിട്ടിമെതിച്ചുകൊണ്ടാണ് ഭിക്ഷാ പാത്രവുമായി തുളസി മുട്ടിലിഴയുന്നത്.

പ്രണയത്തിൽ പരാജയപ്പെട്ടുപോയ ഒരുവളുടെ ജീവിതത്തിന്റെ ദുരന്തകഥ കൂടിയാണിത്. തുളസിയില പോലെ പരിശുദ്ധവും പവിത്രവുമായ പ്രണയം സൂക്ഷിച്ച ഒരു സ്ത്രീ. അവളെ പ്രണയ നാടകത്തിൽ കുടുക്കി അവളുടെ ജീവിതം നശിപ്പിച്ച ഒരു പുരു ഷൻ. അയാൾ ഒടുവിൽ അവളെ തേടിയെത്തുകയും മാപ്പു പറയു കയും ചെയ്യുമ്പോൾ അയാളെ പുച്ഛിച്ചു ചിരിച്ചുകൊണ്ട് തന്റെ നിലപാടിൽ ഉറച്ചുനിൽക്കുന്ന തലയെടുപ്പുള്ള കഥാപാത്രമായി തുളസി നിലകൊള്ളുന്നു. എന്താണ് സ്ത്രീയോടുള്ള പുരുഷന്റെ സ്നേഹം എന്ന ഒരന്വേഷണം കൂടിയാണ് ഇവിടെ നോവലിസ്റ്റ് നടത്തുന്നത്. 'അയാൾക്ക് ഞാൻ ആരായിരുന്നു? ഉപയോഗിച്ചു വലിച്ചെറിയപ്പെട്ട മൺകുടം. അതു ചിതറിപ്പോയി. കഷ്ണങ്ങൾ പല വഴിതെറിച്ചു. ഇനിയൊരിക്കലും അതിനു പഴയ രൂപമില്ല. അസ്തിത്വമില്ല. ഇനി ഒരിക്കലും അത് നിറവ് അറിയില്ല.' (പുറം 26) പക്ഷേ, തിരിച്ചറിവുണ്ടാകാൻ നഷ്ടപ്പെടുത്തേണ്ടി വന്നത് സ്വന്തം ജീവിതം ആയിരുന്നു.

മാധവൻ കാന്തം പോലെയായിരുന്നു. അവനു ചുറ്റും എപ്പോ ഴും സ്ത്രീകൾ ഉണ്ടായിരുന്നു. തുളസിയാകട്ടെ അവന്റെ ചുംബന ത്തിലും ലാളനത്തിലും സ്നേഹവചുകളിലും അടിപ്പെട്ട് സർവ്വവും മറന്നു.അവനോട് ക്ഷമിച്ചു. എല്ലാ വേദനകളും മനസ്സിൽ ഏറ്റുവാ ങ്ങി. ഈ മനുഷ്യന് വേണ്ടിയാണ് അവൾ അച്ഛനെയും അമ്മയെ യും സ്വന്തം ഭാവിയും കരിയറും എല്ലാം ഉപേക്ഷിച്ചത്. എന്നിട്ട് അവൾക്ക് കിട്ടിയതോ? മക്കൾക്ക് വിഷം നൽകി, നിരവധി സ്ത്രീ കളുടെ പ്രണയമായിരുന്ന ശ്രീകൃഷ്ണന്റെ നഗരമായ വൃന്ദാവന ത്തിലേക്ക് പുറപ്പെട്ടു. ഒരു മാധവനാൽ വഞ്ചിക്കപ്പെട്ട് അവൾ

മറ്റൊരു മാധവന്റെ അഭയാർത്ഥിയായി ചെല്ലുന്നു. അവളെ സംബന്ധിച്ചിടത്തോളം വൃന്ദാവനം സ്നേഹത്തിന്റെയും ബന്ധനങ്ങളുടെയും വിവാഹത്തിന്റെയും മാതൃത്വത്തിന്റെയും ലോകത്തുനിന്ന് അകലങ്ങളിലേക്കുള്ള ഒരു പിൻവാങ്ങലാണ്. അവൾ മുറിവുകളേറ്റുവാങ്ങി വേദനയ്ക്കും സ്വയം പീഡനത്തിനും ഇടയിൽ ആനന്ദം അനുഭവിച്ചു ജീവിക്കുന്നു. 'എനിക്ക് മുറിവുകൾ വേണം നീറിപ്പഴുക്കാൻ കൂടുതൽ മുറിവുകൾ.' (പുറം 58) സ്വയം വേദനിപ്പിച്ചുകൊണ്ട്, ത്യാഗങ്ങൾ സഹിച്ചുകൊണ്ട് തന്റെ തെറ്റിന് പ്രായശ്ചിത്തമെന്നോണം മാധവനെ സ്നേഹിച്ചതിന്റെ ശിക്ഷ അനുഭവിക്കുന്ന യാതനകളിൽ ലഹരി കണ്ടെത്തുന്ന തുളസിയെ ഇവിടെ കാണാം. മാധവന്റെ സ്നേഹം പോലെ എനിക്ക് ചുറ്റുമുള്ളതെല്ലാം നശിപ്പിക്കണം എന്ന തുളസിയുടെ ചിന്ത അവളുടെ പകയുടെയും പ്രതികാരത്തിന്റെയും രോഷത്തിന്റെയും കൂടി പ്രതിഫലനമാണ്. മധുരയിലെ മീരാസാധുക്കളുടെ ജീവിതം പോലെ ദുരിതപൂർണമായ ഒരു ജീവിതമാണ് അവൾ പിന്നീട് തിരഞ്ഞെടുക്കുന്നത്. അശരണരായ വിധവകൾ ഭിക്ഷാടനം നടത്തിയും കൃഷ്ണനെ ആരാധിച്ചും കഴിഞ്ഞു കൂടുന്നിടമാണ് അവിടം. തുളസി അവിടെയെത്തുന്നത് താൻ പ്രാണനായി കരുതിയിരുന്ന ഭർത്താവിന്റെ തിരസ്കാരത്തെ തുടർന്നാണ്. മാധവന്റെ പ്രണയം ഒരിക്കലും തനിക്ക് മാത്രമായിരുന്നില്ല എന്ന് തിരിച്ചറിവാണ് അവളെ അവിടെ എത്തിച്ചത്. അന്ധമായി അയാളെ പ്രണയിച്ച അവളുടെ സ്ഥാനത്ത് വീണ്ടും പലരും വന്നുചേരുന്നത് അവൾ അറിയുന്നു. ഉന്നതവിദ്യാഭ്യാസവും ലോകബോധവും ഉണ്ടായിരുന്നിട്ടും മാധവന്റെ ചതിക്കുന്ന മുഖം കാണാതെ പോയി തുളസി. വഞ്ചനയുടെ വേദന അനുഭവിക്കേണ്ടി വന്നപ്പോൾ മാത്രമാണ് എല്ലാം കള്ളത്തരങ്ങൾ ആണെന്ന തിരിച്ചറിവുണ്ടാകുന്നത്. ഈ സത്യം ബോധ്യപ്പെടാൻ അവൾക്ക് തിരിച്ചു പോകാൻ പറ്റാത്ത ദൂരം യാത്ര ചെയ്യേണ്ടിവന്നു. ഒടുവിൽ അയാളോടുള്ള പകയിൽ നിന്നാണ് കുട്ടികൾക്ക് വിഷം കൊടുക്കുന്നതും ഡൽഹിയിലേക്ക് പുറപ്പെട്ടു പോകുന്നതും. മറ്റു വിധവകൾക്ക് ഒപ്പം മീരസാധുവായി അവളും കഴിയുന്നു. കൃഷ്ണന്റെ അപദാനങ്ങൾ പാടിയും പ്രണയത്തെ വാഴ്ത്തിയും അവൾ തന്റെ ജീവിതത്തെ സ്വയംപീഡനത്തിന്റെ വഴികളിലൂടെ അഴിച്ചുവിട്ടു. ഒടുവിൽ അപ്രതീക്ഷിതമായി മാധവൻ അവിടെയെത്തുന്നു. ഇത്രയും കാലം അയാൾക്കു നേരെ അവൾ ഊതി കത്തിച്ചുവെച്ച പക അവളെ ഉന്മാദിയാക്കുന്നു. വർഷങ്ങളായി അവൾ

കാത്തിരുന്ന നിമിഷം. ഓർമ്മ കാർന്നുതളർന്ന ഓരോ ദിവസങ്ങൾ. 'എന്റെ ശരീരം ജഡമാണ്. അതിന്റെ ഏകസ്പന്ദം അയാളോടുള്ള പകയാണ്. ഒരു ദിവസം ഞാൻ പ്രതികാരം പൂർത്തിയാക്കും. ശരീരം മുഴുവൻ അഴുക്കുകളുമായി അയാൾ വരും. പകയുടെ കറുത്ത യമുനയിൽ ഞാൻ അയാളെ മുക്കിയെടുക്കും. കുഞ്ഞുങ്ങളുടെ ഓർമ്മകൾ കഴുകിക്കളയും.' (പുറം 51) ഒടുവിൽ പക്ഷാഘാതം ബാധിച്ച മാധവനെ കാണുമ്പോൾ അവളുടെ മനസ്സിന്റെ ആഗ്രഹം ഒരു പരിധിവരെ തൃപ്തമാകുന്നു. അയാളോടൊപ്പം പോകുന്നതിനേക്കാൾ നല്ലത് മരണമാണെന്ന അവളുടെ കാഴ്ചപ്പാട് സ്വയംപീഡനത്തിലൂടെ അവൾ നടപ്പിലാക്കുന്നു. അതുവഴി ഒരു സാധാരണ ഇന്ത്യൻകുലസ്ത്രീയുടെ തലത്തിൽ നിന്ന് ഉയർന്ന് കർതൃത്വമുള്ള സ്ത്രീയായി തുളസി എന്ന മീരാസാധു മാറുന്നു.

ഇന്ത്യൻ സംസ്കാരത്തിൽ കാലാകാലങ്ങളായി നിലനിൽക്കുന്ന സ്ത്രീപുരുഷ പ്രതിനിധാനങ്ങളിൽ ഒന്നായി തുളസിയെയും മാധവനെയും വായിച്ചെടുക്കാം. മാധവൻ എന്നത് ശ്രീകൃഷ്ണന്റെ പര്യായമാണ്. തുളസിയാവട്ടെ പതിവ്രത്യ സങ്കൽപ്പങ്ങളുടെ പ്രതീകമായി ഭാരതീയ പുരാണങ്ങളിൽ വാഴ്ത്തപ്പെടുന്നവളും. മീരസാധു എന്ന കൃതിയിലും തുളസി ഇന്ത്യൻ സ്ത്രീയുടെ പാതിവ്രത്യ ബോധത്തിന്റെ പ്രതിനിധാനം തന്നെയാണ്. അവൾക്ക് മാധവനോടുള്ള ആരാധന, ആത്മസമർപ്പണം, പ്രണയം ഇതിനൊന്നും പകരവെക്കാൻ മറ്റൊന്നുമില്ല. പക്ഷേ, മാധവൻ എന്ന് പറയുന്നത് കൃഷ്ണന്റെ പ്രതിരൂപമാണ്. പല സ്ത്രീകളുമായി ഒരേസമയം ബന്ധം വെക്കുമ്പൊഴും പലരെയും പ്രണയിക്കുമ്പോഴും തുളസിയെ ഭാര്യയായി ചേർത്തു നിർത്തുന്നുണ്ട് അയാൾ. രാധയുടെ പ്രണയമാണ് പ്രണയമെന്ന് ഭഗവാൻ കൃഷ്ണൻ തിരിച്ചറിയുന്നതുപോലെ, അവസാനം എല്ലാം നഷ്ടപ്പെട്ടു കഴിയുമ്പോൾ മാധവനും തുളസിയെ തിരിച്ചറിയുന്നുണ്ട്. അവളുടെതാണ് യഥാർത്ഥ പ്രണയം എന്നറിഞ്ഞ് അവളിലേക്ക് തന്നെ അയാൾ തിരിച്ചെത്തുന്നു.

ഇന്ത്യൻ സ്ത്രീക്ക് പാതിവ്രത്യം പോലുള്ള മൂല്യങ്ങളിൽ നിന്നോ കുടുംബവ്യവസ്ഥ പോലുള്ള കെട്ടുപാടിൽ നിന്നോ ഒരിക്കലും രക്ഷപ്പെടാൻ കഴിയില്ല. എത്ര ശ്രമിച്ചാലും എത്ര അനുഭവങ്ങളുണ്ടായാലും എത്ര തിരിച്ചിടികൾ ഉണ്ടായാലും അവൾ ആ ബന്ധനങ്ങളിൽ കുരുങ്ങിക്കിടക്കുക തന്നെ ചെയ്യും. കാരണം ഇത് കാലാകാലങ്ങളായി അവരുടെ ബോധതലത്തിന്റെ ഭാഗമാണ്. എന്നിട്ടും സഹിക്കാൻ കഴിയാതായപ്പോൾ സ്വയം നശിപ്പിക്കുന്ന

രീതിയിലുണ്ടായ ഒരു പ്രതികാരത്തിൽ നിന്നാണ് മക്കളെ കൊല്ലുന്നത്. 'നമുക്കു വിട്ടുകൊടുക്കാൻ പറ്റില്ല മക്കളേ. അച്ഛനെ പരാജയപ്പെടുത്തണം ഉപേക്ഷിക്കപ്പെടുന്നതിനു മുമ്പ് നമുക്ക് ഉപേക്ഷിക്കണം. വേർപാടിന്റെ വേദന കൊണ്ട് അച്ഛനെയും പവിത്രീകരിക്കണം.' (പുറം 66). മാധവനെ തോൽപ്പിക്കാൻ വേണ്ടി മക്കളെ കൊന്നുകഴിഞ്ഞ് ഉണ്ടാകുന്ന കുറ്റബോധം കൂടിയാണ് അവസാനം അവൾക്ക് ഉണ്ടാകുന്നത്. അവൾ ഇതെല്ലാം നഷ്ടപ്പെടുത്തിയത് മാധവന്റെ പ്രണയത്തിനു വേണ്ടിയാണ്. എന്നാൽ വീണ്ടും തന്നിലേക്ക് വരുന്ന മാധവനെ അവൾക്കാവശ്യമില്ല. 'ദാഹിച്ചു മരിച്ചതിനുശേഷം ഗംഗാജലം ആർക്കുവേണം.' എന്നാണ് അവളുടെ നിലപാട്. അയാൾ നമുക്ക് തിരിച്ചു പോകാം എന്ന് പറയുമ്പോൾ അവൾ ആകട്ടെ അപ്പോൾ മരിച്ചു കിടന്ന തന്റെ മക്കളെ ഓർക്കുന്നു. 'അയാൾ പറഞ്ഞു: നീ പോയ ദിവസം എല്ലാം അവസാനിച്ചു. ഭാമ എന്നെ ഉപേക്ഷിച്ചു. സ്ത്രീകളെ, തുളസി ഇന്നെനിക്ക് ഭയമാണ്. സ്ട്രോക്ക് വന്ന് എന്റെ ഒരു വശം തളർന്നു.' ഇതു കേട്ടു ചിരിച്ചു തളർന്ന അവൾ ഗോവിന്ദ്ദേവ ക്ഷേത്രത്തിന്റെ മൂന്നാം നില കയറുമ്പോൾ താഴെ വൃന്ദാബൻ കണ്ടു. വിരസവും വൃത്തികെട്ടതുമായ വൃന്ദാബൻ. ശവകുടീരങ്ങൾ പോലെ ക്ഷേത്രങ്ങൾ. മലിനയായ യമുന. ഒരുകാലത്ത് പ്രണയത്തിന്റെ പ്രതീകങ്ങളായി കരുതിയവയെല്ലാം ശൂന്യതയാണെന്ന്, വെറും കള്ളത്തരങ്ങളാണെന്ന് അവൾ തിരിച്ചറിയുന്നു. അപ്പോഴേക്കും ഇനിയൊരു തിരിച്ചുപോക്കില്ലാത്ത വണ്ണം അവൾ മാനസികമായി പാകപ്പെട്ടിരുന്നു. തെറ്റ് ഏറ്റുപറഞ്ഞുകൊണ്ട് മാധവൻ അവളിലേക്കുതന്നെ മടങ്ങിവരാൻ വേണ്ടി അവൾക്ക് മക്കളെ കൊല്ലേണ്ടി വരുന്നു. സ്വയം അങ്ങേയറ്റത്തെ പീഡനം ഏൽപ്പിക്കേണ്ടി വരുന്നു. ഇതെല്ലാം കഴിഞ്ഞ് അയാൾ തിരിച്ചുവന്ന് തന്റെ സ്നേഹം വീണ്ടും അംഗീകരിക്കപ്പെടുന്നു എന്നറിഞ്ഞു കഴിയുമ്പോൾ അവളെ കുഞ്ഞുങ്ങളെ കൊന്നതിന്റെ പാപബോധവും ദുഃഖവും ഒക്കെ കൂടി വേട്ടയാടുന്നു. തന്റെ പ്രണയം സാർത്ഥകമായിത്തീർന്നതോടുകൂടി, ലക്ഷ്യപ്രാപ്തിലെത്തിച്ചേർന്നതോടുകൂടി മാധവൻ തന്റെ വിണ്ടുകീറിയ കാലിൽ ചുംബിച്ചു മാപ്പ് പറഞ്ഞതോടുകൂടി അവൾ മീരസാധുവായി പ്രണയിച്ച മാധവനിൽ വിലയം പ്രാപിക്കാൻ കത്തുകിടക്കുന്നിടത്ത് നോവൽ അവസാനിക്കുന്നു.

മീരാസാധു കേവലം ഒരു തുളസിയുടെ മാത്രം കഥയല്ല, ഇന്ത്യൻ സ്ത്രീയുടെ മനസ്സിന്റെ, പ്രണയ ജീവിതത്തിന്റെ ദയനീയ

അവസ്ഥയെയാണ് സൂചിപ്പിക്കുന്നത് എന്നുകാണാം. എല്ലാകാലത്തും മാധവന്മാർ 'മറ്റു പൂച്ചെടി ചെന്ന് തിന്നു' ജീവിക്കുന്ന വിജയി ആയിരിക്കുകയും അധികാരത്തിനു വിധേയപ്പെട്ടവളായി തുളസിമാർ നിശബ്ദരാക്കപ്പെടുകയും ചെയ്യുന്നു. അങ്ങനെയുള്ള മാധവന്മാരെ സ്വന്തം സ്നേഹം കൊണ്ട് കീഴടക്കുകയും ജയിക്കുകയും എന്നാൽ അതിനുവേണ്ടി ഒരുപാട് തിക്താനുഭവങ്ങളിലൂടെ കടന്നുപോവുകയും ചെയ്യേണ്ടിവരുന്നു ഇന്ത്യൻ സ്ത്രീകൾക്ക്. അങ്ങനെ തന്റെ പുരുഷനെ നേടിക്കഴിയുമ്പോൾ താൻ പകയുടെ ചൂടിൽ കൊന്നുകളഞ്ഞ കുഞ്ഞുങ്ങളെയോർത്ത് കുറ്റബോധത്തിനും തിരസ്കാരത്തിനും ഇരയായി സ്വയംപീഡനം ഏറ്റുവാങ്ങി മരിക്കുന്ന ഇന്ത്യൻ സ്ത്രീ അവസ്ഥയെയാണ് തുളസി എന്ന മീരാസാധു പ്രതിനിധീകരിക്കുന്നത്. സ്ത്രീപുരുഷ ബന്ധത്തെ ഇഴകീറി പരിശോധിച്ച് യാന്ത്രികവും മരവിച്ചതുമായ പരസ്പരബന്ധങ്ങളിലെ ഹൃദയശൂന്യത ഭയപ്പെടുത്തുന്ന നിസംഗതയോടെ കെ.ആർ. മീര കാണിച്ചുതരുന്നു

മാധവനെപ്പോലെ ഒരേസമയം പല സ്ത്രീകളെ പ്രണയിക്കുകയും തരാതരം പോലെ മാറ്റുകയും ചെയ്യുന്ന സ്ത്രീവിരുദ്ധവും പുരുഷാധികാരപരവുമായ ഒരു വ്യവസ്ഥയെയും ജീവിതത്തെയും തുറന്നു കാണിക്കുന്ന നോവലാണിത് എന്ന് ഒറ്റ വായനയിൽ തോന്നാം. എന്നാൽ അതിനപ്പുറത്ത് സങ്കീർണമായ ചില തലങ്ങൾ കൂടി ഈ നോവലിനുണ്ട്. തുളസി എന്ന കഥാപാത്രം പ്രണയസക്തിയുടെയും പ്രണയനിരാസത്തിന്റെയും അവസ്ഥയിലൂടെ കടന്നുപോകുന്നുണ്ട്. ഒരേസമയം സ്വീകാര്യത്തിന്റെയും തിരസ്കാരത്തിന്റെയും അങ്ങേയറ്റത്തെ ആത്മസംഘർഷമനുഭവിക്കുന്നുണ്ട് തുളസി. അവൾക്ക് മാധവനോട് ഉണ്ടാകുന്ന അതിശക്തമായ പ്രണയം മാധവനവളെ ഉപേക്ഷിക്കുമ്പോഴും ഇല്ലാതാകുന്നില്ല. ഇത് ഭൗതിക ജീവിതത്തിൽ ഉണ്ടാകുന്ന ലൗകിക പ്രണയമാണ്. അത് തകർന്നുപോകുമ്പോൾ അതിൽ നിന്ന് രക്ഷനേടാൻ വേണ്ടി തുളസി കണ്ടുപിടിക്കുന്ന അയഥാർത്ഥമായ, മിത്തിക്കലായ ഒരു ലോകമാണ്. മീരയുടെയും വൃന്ദാവനത്തിന്റെയും ലോകം. ഇതൊരു ഇന്ത്യൻ പുരാവൃത്തമാണ്. തന്നെ കാണുകയോ കേൾക്കുകയോ അംഗീകരിക്കുകയോ ചെയ്തില്ലെങ്കിൽ പോലും പതിനാറായിരത്തെട്ട് ഭാര്യമാരെയോ കാമുകിമാരെയോ കൊണ്ടുനടക്കുന്ന ഒരു പുരുഷസങ്കർപ്പത്തിന് ആത്മസമർപ്പണം നടത്തി ജീവിക്കാൻ കഴിയുക എന്നുള്ളത് മഹാഭാഗ്യമാണെന്ന് കരുതുന്ന മീരയുടെ

ഒരു പുരവൃത്തലോകം ഇന്ത്യക്കുണ്ട്. ഇത് ഭൗതികമായ ലൗകിക പ്രണയത്തിൽ നിന്ന് ഭിന്നമാകുന്നത് ഇതിന് അനല്പമായ ആധ്യാത്മികതയുടെ സ്പർശം ഉണ്ട് എന്നുള്ളത് കൊണ്ടാണ്.

തുളസി നടത്തുന്നത് ഇങ്ങനെയുള്ള ഒരു രൂപാന്തരീകരണം ആണ് എങ്കിലും തുളസിക്ക് മാധവനോടുള്ള ലൗകിക പ്രണയം ഇല്ലാതാവുന്നില്ല. മാധവനു പകരം കൃഷ്ണൻ എന്ന ഈശ്വരനെ വെയ്ക്കുമ്പോഴും അവളാ ഈശ്വരനിലേക്ക് അല്ല പൂർണ്ണമായും മനസ്സർപ്പിക്കുന്നത്. തല മുണ്ഡനം ചെയ്യുക, സന്യാസചര്യകളിലേക്ക് പോവുക ഇങ്ങനെ പലപല ചെയ്തികൾ കൊണ്ട് ഭൗതികതയെ ആധ്യാത്മികത കൊണ്ട് ജയിക്കാൻ ശ്രമിക്കുന്നുണ്ടെങ്കിലും മാധവന്റെ ഓർമ്മകളിൽ നിന്ന് രക്ഷപ്പെടാൻ അവൾക്ക് സാധിക്കുന്നില്ല. മാധവന് തന്നിൽ പ്രിയമായിരുന്നതൊക്കെ ഇല്ലായ്മ ചെയ്യുന്നുണ്ട് അവൾ. ആത്മപീഡനത്തിലൂടെ മാധവനിൽ നിന്ന് രക്ഷപ്പെടാൻ ശ്രമിക്കുമ്പോഴും അങ്ങേയറ്റത്തെ പ്രണയം അവളുടെ ഉള്ളിൽ കെടാതെ കത്തുന്നുണ്ട്.

മാധവന്റെ പ്രണയനിരാസം കൊണ്ട് ആത്മാഭിമാനം വ്രണപ്പെട്ടവളായിരുന്നു അവൾ. അവനവന്റെ സ്വത്വബോധം കൊണ്ടാണ് ആത്മാഭിമാനം ഉണ്ടാവുന്നത്. ഈ സ്വത്വത്തിൽ നിന്ന് ഒളിച്ചോടി മീരാസാധുവിന്റെ സ്വത്വത്തിലേക്ക് പോകാനാണവൾ ശ്രമിച്ചത്. അതാവട്ടെ പുരുഷാധികാരത്തിന് കീഴ്പ്പെടുന്ന വേറൊരു ഇന്ത്യൻ സ്വത്വം തന്നെയാണ്. മിത്തിക്കലായി നിർമ്മിച്ചെടുത്ത ആധ്യാത്മികതയുടെ സ്പർശമുള്ള സ്വത്വമാണിത്. അതിലേക്കു പ്രവേശിക്കാനാണ് അവൾ ശ്രമിക്കുന്നത്. ഈ പ്രണയ നഷ്ടത്തിന്റെ സന്ദർഭത്തിൽ അവൾ കണ്ടെത്തുന്ന സാങ്കൽപ്പികമായ ഒരു തുരുത്താണ് മീരാസാധുവിന്റെ ലോകം. എന്നാൽ ഒരു ഘട്ടത്തിൽ ആസക്തിയും അനാസക്തിയും തമ്മിലുള്ള സംഘർഷത്തിൽ അവൾ ജയിക്കുന്നുണ്ട്. അപ്പോഴാണ് 'തുളസി മരിച്ചുപോയി മാധവ മഹാശയ്. ഇതു മീര.....മീരാസാധു....' എന്നവൾ പറയുന്നത്. ഇവിടെ അവൾ വിജയിക്കുന്നു. അങ്ങനെയൊരു സന്ദർഭത്തിൽ അവൾ കർതൃത്വത്തിലേക്ക് എത്തിച്ചേരുന്നു. അപ്പോൾ മാത്രമാണ് സാങ്കൽപ്പികമായി ഉണ്ടാക്കിവെച്ച ഈ വൃന്ദാവനവും മീരാസാധുവിന്റെ ലോകവും ഒക്കെ ഏറ്റവും വൃത്തികെട്ടതാണെന്ന് അവൾ തിരിച്ചറിയുന്നത്. വാസ്തവത്തിൽ അത് വൃന്ദാവനം വൃത്തികെട്ടതാണെന്നല്ല, മറിച്ച് ആദ്ധ്യാത്മികസ്പർശമുള്ള മിത്തിക്കൽ ലോകത്തിനെയും പുരുഷാധിപത്യക്രമത്തിൽ സ്ഥാപിക്കപ്പെട്ട ആ ലോകക്രമത്തിന്റെ

വൃത്തികേടിനെയുമാണവൾ തിരിച്ചറിയുന്നത്.

എങ്കിലും അവൾക്ക് അവളുടെതായ ഒരു കർതൃപദവിയിലേക്ക് പോകാൻ സാധിക്കുന്നില്ല എന്നുള്ളതും ശ്രദ്ധേയമാണ്. ഇതേ പുരുഷാധികാരക്രമവും അതിനെ അംഗീകരിക്കുന്ന മതസംസ്കാരങ്ങളുടെ ക്രമവും ഉണ്ടാക്കി വെച്ച ഒരു കർതൃത്വത്തിലേക്ക് പ്രവേശിക്കുക മാത്രമാണ് അവൾ ചെയ്യുന്നത്. ഈ തെരഞ്ഞെടുപ്പിനപ്പുറം, നിർമ്മിതമായിട്ടുള്ള കർതൃത്വങ്ങളിലേക്കുള്ള പ്രവേശനത്തിനപ്പുറം സ്വന്തമായ കർത്തൃത്വം ആവിഷ്കരിക്കാൻ സാധിക്കാതെ പോകുന്ന ഒരു സ്ത്രീയാണ് തുളസി.

സൂക്ഷ്മമായ ഒരു വായനയിൽ, പുരുഷാധിപത്യക്രമത്തിനെ പുനർനിർമിക്കുന്ന ശ്രീകൃഷ്ണപുരാവൃത്തത്തിലേക്ക്, മീരാസാധുവിന്റെ ലോകത്തിലേക്ക് തുളസിയെ കൊണ്ടുപോയി തളയ്ക്കുക മാത്രമാണ് ചെയ്തിട്ടുള്ളതെന്നു കാണാം. അതിനെതിരെ പ്രതികരിക്കുന്ന, അതിനോട് എതിരിടുന്ന സക്രിയകർതൃത്വത്തിലേക്ക് ഇതിലെ നായികയ്ക്ക് പ്രവേശിക്കാൻ ആവുന്നില്ല. ഇതിനുകാരണം അത്രയധികമായി അബോധതലത്തിൽ പുരുഷാധിപത്യക്രമത്തിന്റെ സാംസ്കാരികാവശിഷ്ടങ്ങളെ ഉള്ളിൽ പേറുന്ന ഇന്ത്യൻ സ്ത്രീയവസ്ഥ ആണ്. അതിനെ ഏറ്റവും ഹൃദസ്പർശിയായി ചിത്രീകരിച്ചിടത്താണ് കെ.ആർ. മീര എന്ന നോവലിസ്റ്റിന്റെ വിജയം.

സഹായക ഗ്രന്ഥങ്ങൾ

1. ഉഷാകുമാരി, ജി., കഥയും കാമനയും, ലോഗോസ് ബുക്സ്, പാലക്കാട്, 2018

2. ജയകൃഷ്ണൻ, എൻ.,(എഡി)പെണ്ണെഴുത്ത്, കേരളഭാഷാ ഇൻസ്റ്റിറ്റ്യൂട്ട്, തിരുവനന്തപുരം, 2017

3. ജിസാ ജോസ്, സ്ത്രീവാദ സൗന്ദര്യശാസ്ത്രം പ്രയോഗവും പ്രതിനിധാനവും, കേരള ഭാഷാ ഇൻസ്റ്റിറ്റ്യൂട്ട്, തിരുവനന്തപുരം, 2020

4. ജ്യോതിലക്ഷ്മി, പി.എസ്.,(എഡി) സ്ത്രൈണ സർഗ്ഗാത്മകത എഴുത്തും എഴുത്തുകാരികളും, ബുക്ക് മീഡിയ, കോട്ടയം, 2013

5. മീര, കെ.ആർ., മീരാസാധു, ഡിസി ബുക്സ്, കോട്ടയം, 2023

ഡോ. സ്വപ്ന ആന്റണി
മാടായി കോളേജിൽ മലയാള വിഭാഗം അസോസിയേറ്റ് പ്രൊഫസർ. കണ്ണൂർ സർവ്വകലാശാലയിൽ നിന്ന് ഡോക്ടറേറ്റ് നേടി. ദേശം എഴുത്ത് സംസ്കാരം: വായനയുടെ സഞ്ചാരവഴികൾ എന്ന പുസ്തകം പ്രസിദ്ധീകരിച്ചിട്ടുണ്ട്.

സൂര്യനെ അണിഞ്ഞ സ്ത്രീ:
സ്ത്രീജീവിതത്തിലെ വൈതരണികളുടെ കഥ

ഡോ. സ്വപ്ന സി. കോമ്പാത്ത്

സ്ത്രീ എന്നാൽ ആരാണെന്ന് ശാസ്ത്രീയമായി ചോദിച്ചാൽ സിസ്ജെൻഡറിൽപ്പെട്ട ജീവി എന്ന് ഉത്തരം പറയാം. അതായത്, ഇണ ചേർന്ന്; പ്രസവിച്ചോ, മുട്ടയിട്ടോ വംശവർദ്ധന നടത്തുന്ന ജീവികളിൽ അണ്ഡദാതാവിനെ പെണ്ണ് എന്ന് വിളിക്കുന്നു. ലൈംഗികപ്രത്യുത്പാദനത്തിൽ വലിയ ബീജകോശത്തെയാണ് അണ്ഡം എന്നു പറയുന്നത്. പ്രത്യുല്പാദനപരമായല്ലാതെ സ്ത്രീയെയും പുരുഷനെയും ശാസ്ത്രീയമായി നിർവചിക്കാനാവില്ല. പക്ഷേ, പിതൃദായക്രമം സ്ത്രീ എന്ന ജീവിയെ രണ്ടാംതരക്കാരിയായി മാത്രം പരിഗണിച്ചുവന്നു. പുരുഷന്റെ കാമനകൾക്കനുസരിച്ച് മാത്രം ചിന്തിക്കുകയും ജീവിക്കുകയും ചെയ്യേണ്ടിവരുന്ന അവസ്ഥയിൽ നിന്ന്, നാലു ചുമരുകൾക്കുള്ളിൽ നിന്ന് പുറത്തേക്ക് വരുന്ന സാഹചര്യത്തിലേക്കെത്താൻ ലോകമെമ്പാടുമുള്ള സ്ത്രീകൾക്ക് അതിശക്തമായി പോരാടേണ്ടി വന്നിട്ടുണ്ട്. വിദ്യാഭ്യാസത്തിലൂടെ, വിവിധ അവകാശങ്ങൾ നേടിയെടുക്കുന്നതിലൂടെ, കഠിനപ്രയത്നത്തിലൂടെ അവൾ ലോകത്തിന്റെ മുൻപന്തിയിലേക്ക് കയറിവന്നു. കാലത്തെ മാറ്റിയെടുത്തപ്പോൾ, സമൂഹത്തിൽ പുരുഷനൊപ്പം തൊഴിൽസാഹചര്യങ്ങളും വരുമാനവും അവകാശങ്ങളും അവൾക്ക് കഷ്ടപ്പെട്ട് നേടിയെടുക്കാനായെങ്കിലും കുടുംബം എന്ന സ്ഥാപനത്തിന്റെ നാല് ചുവരുകൾക്കുള്ളിൽ അവളിപ്പോഴും രണ്ടാം തരക്കാരിയോ അതിൽ താഴെയോ ആയി മാത്രം അടയാളപ്പെടുത്തപ്പെടുന്നു.

വനിതാപ്രധാനമന്ത്രിമാർ മുലയൂട്ടുന്നതും, വനിതാമന്ത്രിമാർ കുടുംബം തലയിൽ ചുമന്നു കൊണ്ട് സഞ്ചരിക്കുന്നതും, വനിതാ

കലക്ടർമാർ കുട്ടികളെ പൊതുസ്ഥലത്ത് കൊണ്ടുപോകുന്നതും വലിയ വാർത്താപ്രാധാന്യത്തോടെ മാധ്യമങ്ങൾ അവതരിപ്പിക്കുന്നതിലൂടെ, സ്ത്രീ എത്ര ഉയർന്നാലും ആത്യന്തികമായവൾ കുടുംബത്തിലെ ഉത്തരവാദിത്തങ്ങളെ കൃത്യമായി നിറവേറ്റണ്ടവളാണ് എന്ന ചിന്ത തന്നെയാണ് പ്രചരിപ്പിക്കുന്നത്. കുടുംബത്തിന്റെ കാരുണ്യം കൊണ്ട് ലഭിച്ച സ്ഥാനമാനങ്ങൾ എന്ന മട്ടിൽ സ്ത്രീയുടെ നേട്ടങ്ങളെ സാമാന്യവൽക്കരിക്കാൻ ഇന്നും നമ്മുടെ സമൂഹത്തിന് ഒരു മടിയുമില്ല. സ്വന്തം അസ്തിത്വത്തെ ഉയർത്തിക്കാണിക്കാൻ ശ്രമിക്കുന്ന സ്ത്രീകളാകട്ടെ സമൂഹത്തിന്റെ കണ്ണിൽ നോട്ടപ്പുള്ളികളുമാണ്. വീടുകളിലും, തൊഴിലിടങ്ങളിലും, പൊതുസമൂഹത്തിലും അവൾ നേരിടേണ്ടി വരുന്ന ലൈംഗികകാതിക്രമങ്ങൾക്ക് ഇന്നും യാതൊരു കുറവുമില്ല. സദാചാരവും, മാതൃത്വവും, പാതിവ്രത്യവും കൊണ്ട് കൂച്ചുവിലങ്ങിട്ട ചലനങ്ങളാണ് സ്ത്രീയുടെ ചിന്തകൾക്കും പ്രവർത്തികൾക്കുമുള്ളത്. ശാസ്ത്രീയമായും സാങ്കേതികമായും മനുഷ്യൻ പ്രപഞ്ചരഹസ്യങ്ങളുടെ ഉള്ളറകളിലേക്കെത്തുകയും നേട്ടങ്ങൾ കൈവരിക്കുകയും ചെയ്തിട്ടും സ്ത്രീജീവിതങ്ങളെ തടവറയിൽ നിന്നും മോചിപ്പിക്കാൻ പുരുഷൻ തയ്യാറല്ല തന്നെ.

കെ.ആർ. മീരയുടെ ഏറ്റവും മികച്ച ആഖ്യാനങ്ങളിലൊന്നാണ് സൂര്യനെ അണിഞ്ഞ ഒരു സ്ത്രീ. മതവും സാതന്ത്ര്യനിഷേധവും നിയമങ്ങളും പ്രതിഷേധങ്ങളുമെല്ലാം ചേർന്ന ഒരു സാധാരണ പ്രമേയത്തെ ബൈബിളുമായി ബന്ധപ്പെടുത്തി മെനഞ്ഞെടുത്ത സവിശേഷമായ ആഖ്യാനമാണ് ഈ നോവലിന്റെ ശക്തി.

'ഇവിടെ ഇതാ വീണ്ടും എത്തുന്നു ഒരു ജെസബെൽ.... സൂര്യനെ അണിഞ്ഞ ഒരു സ്ത്രീ. അവൾ പുരുഷലോകത്തിന്റെ സംഹിതകളെയും ചിന്തകളെയും അടിമുടി ചോദ്യം ചെയ്യുന്നു. സ്വന്തം ജീവിതത്തെ അതിനു മുന്നിലേക്ക് വലിച്ചെറിഞ്ഞുകൊണ്ട്: അപ്പോൾ ലോകത്തിന്റെ ആധാരശിലകൾ ഇളകാൻ തുടങ്ങുന്നു.മറ്റൊരു ലോകം സാധ്യമാക്കാനുള്ള ഇളക്കങ്ങളിൽ ഒരുപാട് സ്ത്രീകളും പങ്കുചേരുന്നു' എന്ന പരസ്യവാചകമാണ് സൂര്യനെ അണിഞ്ഞ സ്ത്രീക്കുള്ളത്. എന്നാൽ നോവൽ വായിക്കുന്ന സമയത്ത് ഇത്തരമൊരു വിപ്ലവകാരിയായ ജെസബലിനെയല്ല നമുക്ക് കാണാനാവുക. പ്രതികരിക്കേണ്ടിടത്ത് പ്രതികരിക്കാതിരുന്ന, സമൂഹത്തെ ഭയന്നു കഴിഞ്ഞ ഒരു സാധാരണക്കാരിയാണ് നാം കാണുന്നത്. അവൾ പലപ്പോഴും സഹനത്തിന്റെ പ്രതീകമാണ്. ഈ നോവലിലെ

നായികയായ ജെസബെൽ മറ്റു സ്ത്രീകളുടെ ചിന്തയാലും പ്രോത്സാഹനത്താലും മാത്രം രൂപപ്പെട്ട വ്യക്തിത്വമാണ്. സ്വയം സഹനത്തിന്റെ ആൾ രൂപമായി മാറിക്കൊണ്ട് പീഡാനുഭവങ്ങളിലൂടെ ഉരുകി തീർന്നൊരാൾ എന്നേ അവളെക്കുറിച്ചു പറയാൻ പറ്റൂ. ജെസബലിനോടൊപ്പം, ശക്തമായി സാമീപ്യമറിയിക്കുന്ന സ്ത്രീയനുഭവങ്ങളാണ് ഈ നോവലിനെ ഒരു സ്ത്രീഗാഥയാക്കി മാറ്റുന്നത്.

അമ്മ സാറ, വല്യമ്മച്ചി സൂസന്ന, അമ്മായിയമ്മ ലില്ലി, ട്രീസ, ആൻ മേരി, അനിത, ഹരിത, ക്രിസ്റ്റീന, പ്രിൻസി എന്നീ സ്ത്രീകഥാപാത്രങ്ങളുടെ ജീവിതം കൂടി ചേരുമ്പോഴാണ് ജെസബെല്ലിനെ നമുക്ക് കൃത്യമായി വായിച്ചെടുക്കാനാവുന്നത്. 'ഭർത്താവിനെ കൊലപ്പെടുത്താൻ വാടകഗുണ്ടയ്ക്കു പണം കൊടുത്തവൾ എന്നു കല്ലേറിയപ്പെട്ടു കുടുംബക്കോടതിയിൽ നിൽക്കെ, ജെസബെലിനു വെളിപ്പെട്ടത്: ക്രൂര പീഡാനുഭവങ്ങൾ മറികടക്കാൻ സ്വയം ക്രിസ്തുവായി സങ്കല്പിച്ചാൽ മതി'. (പു. 9: 2022) എന്ന ആദ്യ അധ്യായത്തിലെ ആദ്യ വാചകത്തിൽ നിന്ന് 'ആകയാൽ, സൂര്യനെ അണിഞ്ഞു കഴിഞ്ഞ സ്ത്രീ ഇനി ഒരിക്കലും വിലപിക്കുകയില്ല'. (പു,384 :2022) എന്ന അവസാന അധ്യായത്തിലെ അവസാന വാചകങ്ങളിലെത്തുന്നതു വരെ കോടതി ഇടപാടുകളിലും ഓർമ്മകളിലും കുഴഞ്ഞു കിടക്കുന്ന ജെസബെല്ലിന്റെ ജീവിതത്തെ ദുർബലപ്പെടുത്തിയതും ദൃഢപ്പെടുത്തിയതുമായ ഈ സ്ത്രീ ജീവിതങ്ങളെക്കുറിച്ച് കൂടി പരിഗണിക്കാതെ ഈ നോവലിന്റെ സ്ത്രീപക്ഷവായന പൂർണ്ണമാകുന്നില്ല.

വിവാഹമോചനത്തിനു വേണ്ടി കോടതിയിലെത്തിയ ജെസബലിന് കൂട്ടായെത്തുന്നത് വല്യമ്മച്ചി സൂസന്നയാണ്. ഈ നോവലിലെ ഏറ്റവും ശക്തയായ കഥാപാത്രമാണ് സൂസന്ന. തന്റെ ഭർത്താവിന്റെ മരണത്തിന് ശേഷം, ഒരു പെൺകുട്ടിക്ക് ജന്മം നൽകണമെന്ന ആഗ്രഹം നിമിത്തം പുനർവിവാ ഹിതയായവളാണ് സൂസന്ന. സ്വന്തം അമ്മ രണ്ട് കെട്ടിയതാണ് എന്ന ചിന്ത വലിയൊരു പാപമായാണ് സാറ (ജെസബെല്ലിന്റെ അമ്മ) മനസ്സിൽ ചുമന്നത്. അത് അവളുടെ ജീവിതത്തെ നീറ്റിയിരുന്നു. വിവാഹജീവിതം സാറയെ സംബന്ധി ച്ചിടത്തോളം ആത്മീയമായ ഒരു ഇടപാട് മാത്രമായിരുന്നു. സാറയാണ് ചെറുപ്പം മുതലേ ജെസബെലിന്റെ ആത്മവിശ്വാസത്തിന് കടിഞ്ഞാണിട്ടിരുന്നത്.

'വല്യമ്മച്ചിയോടെന്നാ അമ്മച്ചിക്ക് ഇത്രോം പിണക്കം?'

പത്തു പന്ത്രണ്ടു വയസ്സുള്ളപ്പോൾ അമ്മച്ചിയുടെ തറവാട്ട്

വീട്ടിൽ ചെലവിട്ട ഒരു വെക്കേഷൻ കാലത്ത് ചോദിച്ചു.

'ഞാൻ രണ്ടാമത് കെട്ടിയോണ്ടാടീ, കൊച്ചേ....'

വല്യമ്മച്ചി ഉറക്കെ ചിരിച്ചു.

'വല്യമ്മച്ചിയെന്നാത്തിനാ രണ്ടാമത് കെട്ടിയത്?'

'എനിക്കൊരാമ്പ്രന്നോനെ വേണ്ടീട്ട്!'

'എന്നാത്തിനാ വല്യമ്മച്ചിക്ക് ആമ്പ്രന്നോർ?'

'എടീ കൊച്ചേ, എനിക്കൊരു പെങ്കൊച്ചിനെ വേണമായിരുന്നു. എന്റെ കെട്ടിയോനങ്ങ് ചത്തു. എനിക്ക് ഒന്നുകൂടി പെറാൻ വേണ്ടി ഞാനൊരു ആമ്പ്രന്നോനെ കണ്ടുപിടിച്ചു.' (പു.21: 2022)

വല്യമ്മച്ചി സൽവാർ കമ്മീസും പുതിയ ഫാഷൻ വസ്ത്രങ്ങളും ധരിച്ച് ഇവിടത്തെ ആഘോഷമാക്കിയപ്പോൾ, ജെസബെലിന്റെ അമ്മ സാറ കൂടുതൽ കൂടുതൽ മൂടിപ്പൊതിഞ്ഞ് പ്രാർത്ഥനയിൽ അഭയം നേടി. തന്റെ മകൾക്ക് ഭർത്താവിന്റെ വീട്ടിൽ നേരിടേണ്ടി വരുന്ന പീഡനങ്ങളെക്കുറിച്ച് ചിന്തിക്കാതെ, സമൂഹത്തെ ബോധിപ്പിക്കുന്നതിനു വേണ്ടി അവിടുത്തെ അടിമയായി കഴിയാനാണ് സാറ ആവശ്യപ്പെടുന്നത്. തളർന്നു കിടക്കുന്ന ഭർത്താവിന് വേണ്ടി ഉപരിപഠനവും ജോലിയും ഉപേക്ഷിക്കാൻ ജെസബെലിനോടു പറയാൻ ഒരു മടിയും സാറയ്ക്കുണ്ടായില്ല. എന്നാൽ അവളെ വിവാഹമോചനത്തിന് ഉപദേശിക്കുന്നത് വലിയമ്മച്ചിയാണ്.

'കെട്ടാനല്ല,കെട്ടിയത് അഴിക്കാനാ പാട്'. എന്നു നിരാശപ്പെടുന്ന വല്യമ്മച്ചി ലോകത്തിനു മുഴുവൻ ഉതകുന്ന ഒരു പ്രസ്താവന ഇറക്കുന്നുണ്ട്.

'കെട്ടുന്നതിനു മുന്നേയാ ഇതെല്ലാം നടത്തേണ്ടിയത്. ഫീസ് അടച്ച് രജിസ്റ്റർ ചെയ്യണം. വക്കീലന്മാരെ ഏർപ്പെടുത്തണം. കല്യാണം കഴിക്കേണ്ടവനെയും കഴിക്കേണ്ടവളെയും ചോദ്യം ചെയ്തു അവരുടെ മനസ്സിലിരുപ്പ് പിടിച്ചെടുക്കണം. പിള്ളാര് ഉണ്ടാകുമോ ഇല്ലയോ വേണ്ടായോ എന്നൊക്കെ പരിശോധിക്കണം. എത്ര സ്വത്തുണ്ട് ഇനിയുണ്ടാക്കുന്ന സ്വത്ത് ആർക്ക്, എത്രയൊക്കെ? എന്ന് തീരുമാനിക്കണം. ശരീരത്തിനോ മനസ്സിനോ ദീനമുണ്ടോന്ന് മനസ്സിലാക്കണം.. എന്നിട്ട് ജഡ്ജി പറയണം. ങ്ഹാ... ഇവരു തമ്മിൽ കെട്ടട്ടെ... അല്ലേൽ ഇവരു തമ്മിൽ കെട്ടണ്ട...' (പു.18:2022)

ഇങ്ങന പറയുന്ന വല്യമ്മച്ചിയാണ് വൈകിയ വേളയിലെങ്കിലും ജെസബലിനെ ശക്തിപ്പെടുത്തുന്നത്. സാറയെക്കുറിച്ച് ജെസബെൽ ഓർത്തെടുക്കുന്ന വാചകമുണ്ട്. 'അമ്മച്ചിക്ക് ശരീരത്തെ പേടിയായിരുന്നു. അതിന്റെ ആനന്ദങ്ങളെ അറപ്പായിരുന്നു.' (പു..34: 2022).

വിവാഹശേഷം രണ്ടാം രാത്രി ഇരുണ്ടുവെളുത്തപ്പോൾ താൻ അനുഭവിക്കുന്ന പീഡനങ്ങളെക്കുറിച്ച് പറയാനവൾ അമ്മയുടെ അടുത്തേക്ക് ഓടിച്ചെന്നു. അവൾക്ക് അമ്മച്ചിയുടെ നെഞ്ചിൽ തല ചായ്ച്ചു കരയണമായിരുന്നു. എന്നാൽ അമ്മ അവളെ തളർത്തിക്കളഞ്ഞു. അടുക്കളയിലെ പണി തിരക്കുകളിലായിരുന്ന അമ്മ അവളെ, അവളുടെ സങ്കടങ്ങളെ നിസ്സാരവത്ക്കരിച്ചു.

'പരാതി പറയാനാണേൽ വേണ്ട'. അമ്മച്ചി കത്തി കയ്യിലെടുത്ത് വായ്ത്തലയിൽ വിരലോടിച്ചുകൊണ്ട് നിഷ്കരുണം പറഞ്ഞു.

'കർത്താവിനെ വിചാരിച്ച് അടങ്ങിയൊതുങ്ങി ജീവിക്ക്' (പു..35: 2022). എന്ന് അമ്മ അവളെ തള്ളിക്കളഞ്ഞു.

ജെറോമിൽ നിന്ന് ഓടി രക്ഷപ്പെടാൻ വേറൊരു മാർഗ്ഗവും ജെസബെലിനു ഉണ്ടായിരുന്നില്ല. ഒരിക്കൽ സ്വന്തം വീട്ടിലേക്ക് ഓടിവന്ന അവളെ അമ്മ, 'ഭാര്യമാരെ, നിങ്ങൾ കർത്താവിന് എന്നപോലെ ഭർത്താക്കന്മാർക്ക് വിധേയരായിരിക്കുവിൻ'. എന്ന് ഉയർന്നുപൊങ്ങുന്ന പ്രാർത്ഥന കൊണ്ട് പുറത്താക്കുകയാണ്.

രണ്ടര വർഷം ഒന്നിച്ചു ജീവിച്ചിട്ടും ജെസബെലിനെ പങ്കാളിയായി അംഗീകരിക്കാതെ, അവളുമായി ശാരീരികബന്ധം പുലർത്താതെ, അവളുടെ ശമ്പളം സ്വന്തം പോക്കറ്റിലാക്കിയിരുന്ന ഭർത്താവ് ജെറോമും അവളെ അടിമയെ പോലെ കരുതിയിരുന്ന അമ്മായിയച്ഛൻ ജോർജും തീർത്ത തടവറയിൽ നിന്ന് പുറത്തുകടക്കാനാകാത്തവളാണ് ജെസബെൽ. പത്തിലും പന്ത്രണ്ടിലും റാങ്ക് വാങ്ങി പാസായി, മെഡിക്കൽ വിദ്യാഭ്യാസരംഗത്ത് ഉന്നത വിജയം നേടിയ, എം.ഡി പരീക്ഷ പാസായ ജെസബെലെന്ന മിടുക്കിയായ വിദ്യാർത്ഥിയായ, ഡോക്ടറെ അപമാനിക്കാൻ കിട്ടുന്ന ഒരവസരവും പാഴാക്കാത്ത ജോർജും ജെറോമും അവളുടെ ആത്മവിശ്വാസത്തെ, ആത്മാഭിമാനത്തെ ഇല്ലാതാക്കുന്നു. ജോർജിന്റെ വീട്ടിലെ നിശബ്ദയായ മറ്റൊരു കഥാപാത്രമാണ് അവളുടെ അമ്മായിയമ്മ ലില്ലി ജോർജ് മരക്കാരൻ. 'ഒച്ച വയ്ക്കാതെയും യുദ്ധം ചെയ്യാം. ആരും അറിയാതെ യുദ്ധം ജയിക്കുകയും ചെയ്യാം. നമ്മളെ തന്നെ സ്നേഹിച്ചാൽ മതി' എന്നായിരുന്നു ലില്ലി ജോർജിന്റെ മതം.

തന്നെക്കാൾ ഒരുപാട് വയസ്സിന് ഇളയതായ സന്ദീപിൽ നിന്ന് ഗർഭിണിയായ അനിത, അത്തരമൊരു കാര്യത്തിന് മുതിരുന്നത് ഭർത്താവിന്റെ സ്നേഹനിരാസം കൊണ്ട് മാത്രമാണ്. അനിതയുടെ മകളായ ആൻമേരിയാണ് ഈ നോവലിലെ മറ്റൊരു പ്രധാന

കഥാപാത്രം. അമ്മയുടെ ഭർത്താവിനെ പേടിച്ച് ജീവിക്കേണ്ടിവരുന്ന ഈ പെൺകുട്ടിക്ക് ചെറുപ്പത്തിൽത്തന്നെ പഠനം നിർത്തി വർക്ക് ഷോപ്പിൽ ജോലിക്ക് നിൽക്കേണ്ടിവരുന്നു. ഗർഭപാത്രമില്ലാത്ത, സ്ത്രീ ഹോർമോണുകൾ ഇല്ലാത്ത ഒരു പെൺകുട്ടിയാണ് ആൻ മേരി. അമ്മയുടെ മരണം അവളെ ഏറെ തളർത്തിയിരുന്നു. അവളുടെ സംരക്ഷണം ഏറ്റെടുത്തതോടെയാണ് ജെസബലിന്റെ ജീവിതത്തിൽ കഠിനമായ സംഘർഷങ്ങൾ ഉണ്ടായത്. ജെറോം ആ പെൺകുട്ടിയെ പീഡിപ്പിക്കാൻ ശ്രമിച്ചതോടെയാണ് ജെസബലിന് നിയന്ത്രണം വിട്ടത്. അതിന്റെ ആഘാതത്തിലും അനിതയുടെ ഭർത്താവിന്റെ ഇടപെടലിലുമാണ് ജെറോമിന് അപകടം സംഭവിക്കുന്നത്. തളർന്നു പോയ ജെറോമിനെ ശുശ്രൂഷിക്കേണ്ടതാണ് ജെസബെലിന്റെ കടമയെന്ന് ആക്രോശിച്ചു കൊണ്ട് ജോർജ് മരക്കാരൻ രംഗപ്രവേശം ചെയ്യുകയും ചെയ്തതോടെ അവളുടെ ജീവിതം ദുസ്സഹമാകുന്നു. അതുകൊണ്ടാണ് വല്യമ്മച്ചി തന്നെ നേരിട്ട് വന്ന് ജെസബലിനെ വിവാഹമോചനത്തിന് വേണ്ടി കോടതിയിൽ എത്തിക്കുന്നത്.

ഭർത്താവിനെ ശുശ്രൂഷിച്ചു ജീവിക്കേണ്ടവളാണ് ജെസബെൽ എന്ന ചിന്തയാണ് ഒരു ഡോക്ടറായിട്ടു പോലും ഹരിത സദാനന്ദൻ പുലർത്തിയിരുന്നത്. അതുകൊണ്ട് സ്നേഹം നടിച്ച് പലരീതിയിലും ഹരിത ജെസബലിനെ കുടുക്കുന്നുണ്ട്. കളിക്കൂട്ടുകാരന്റെ കാമുകിയായ പ്രിൻസിയും ജെസബെലിന് പുതിയൊരു പാഠം നൽകുന്നു. വിധവയും ബുദ്ധിമാന്ദ്യമുള്ള ഒരു കുട്ടിയുടെ അമ്മയുമായ പ്രിൻസി, 'എന്തു സംഭവിച്ചാലും നേരിട്ടല്ലേ പറ്റൂ...' എന്ന ഒരൊറ്റ വാചകത്തിൽ ധൈര്യത്തെക്കുറിച്ചുള്ള ഒരു പുതിയ അറിവവൾക്ക് സമ്മാനിക്കുന്നു. സാഹചര്യത്തിനനുസരിച്ച് വളരുകയും പോരാടുകയും ചെയ്യുന്ന ക്രിസ്റ്റീന എന്ന സഹോദരഭാര്യയും ജെസബലിന് ചിലപ്പോഴെങ്കിലും വിസ്മയമാകുന്നുണ്ട്. ട്രീസക്ക് പകരക്കാരിയായാണ് ജെസബൽ ജെറോമിന്റെ ജീവിതത്തിലേക്ക് എത്തുന്നത്. ജെറോം പെണ്ണു കാണേണ്ടിയിരുന്നത് ട്രീസയാണ്. തന്റെ ഉള്ളിലെ പുരുഷാസ്തിത്വം തിരിച്ചറിഞ്ഞ ട്രീസ പെണ്ണുകാണലിനു മുൻപു തന്നെ വീടുവിട്ട് ഓടിപ്പോയി. ജോലി ലഭിച്ചതിനു ശേഷം ശസ്ത്രക്രിയയിലൂടെ പുരുഷനായി മാറുകയും അദ്വൈത് എന്ന പേര് സ്വീകരിക്കുകയും ചെയ്ത ട്രീസ പിന്നീട് ജെസബെലിന് ഒരു താങ്ങാകുന്നുണ്ട്.

ജെസബലിന് വിവാഹമോചനം അനുവദിക്കാതിരിക്കാൻ എതിർ

ഭാഗം വക്കീലും ജഡ്ജിയും ധാരാളം വാദങ്ങൾ നിരത്തുന്നുണ്ട്. അതിനെയൊന്നും മറികടക്കാൻ ജെസബെലിന് സാധിക്കുന്നുമുണ്ടായിരുന്നില്ല. പറയാനുള്ളത് തുറന്നുപറയാനാകാതെ അവൾ പലപ്പോഴും നിശബ്ദയായി പോകാറുമുണ്ട്. കന്യകാത്വം തെളിയിക്കാൻ യാതൊരു ബുദ്ധിമുട്ടുമില്ലാത്ത കാലത്തും ബൈബിളിലെ ചില ഭാഗങ്ങൾ ഉദ്ധരിച്ചുകൊണ്ട് അവളെ വ്യഭിചാരണിയായി മുദ്രകുത്താൻ ശ്രമിക്കുന്ന എതിർഭാഗം വക്കീലും, അവളുടെ വേഷത്തെയും ഹെയർ സ്റ്റൈലിനെയും അപലപിച്ചു കൊണ്ട് സ്വന്തം വക്കീലും അവളുടെ ആത്മവിശ്വാസം കുറയ്ക്കുന്നുണ്ട്. മുടി മുറിച്ചതിനെ വലിയൊരു അപരാധമായാണ് അയാൾ കരുതുന്നത്. വലിയ മോഡേൺ ആയ ഒരു പെണ്ണാണ് എന്നു പറയുന്നതുതന്നെ ഒരു പ്രിജുഡിസ് ആകുമെന്ന് മുൻധാരണയുണ്ടായിരുന്നു ആ വക്കീലിന്'.

ദാമ്പത്യജീവിതത്തിൽ എന്നും തന്നെ അപഹസിക്കുക മാത്രം ചെയ്തിട്ടുള്ള, ഒരു പെൺകുട്ടിയെ പീഡിപ്പിക്കാൻ ശ്രമിച്ച, ഇപ്പോൾ ജീവിതത്തിലൊരിക്കലും എഴുന്നേൽക്കാത്ത വിധം തളർന്നുകിടക്കുന്ന ഭർത്താവിൽ നിന്ന് വിവാഹമോചനം ആഗ്രഹിക്കുന്ന യുവതിയെ വിധിപ്രസ്താവനയിലൂടെ ജഡ്ജിയും അപമാനിക്കുന്നു.

സ്നേഹമുള്ള ഭാര്യയിൽ നിന്ന് പ്രതീക്ഷിക്കുന്നതല്ല ജെസബെൽ ചെയ്തതെന്നും, ഉത്തമയായ ഭാര്യ ഒരിക്കലും ഇങ്ങനെ പെരുമാറുകയില്ലെന്നും, ഭർത്താവിന്റെ രോഗാവസ്ഥയിലും കഷ്ടകാലത്തിലും കൂടെ നിൽക്കേണ്ടവളാണ് ഉത്തമ ഭാര്യയെന്നും, ഒരു ഭാര്യ ഭർത്താവ് എത്ര വഴി പിഴച്ചവനാണെങ്കിലും ഭർത്താവിനെ പരിചരിക്കുകയും സ്നേഹിക്കുകയും ശുശ്രൂഷിക്കുകയും ചെയ്യണമെന്നും അതിനുപകരം അയാളെ ഇട്ടിട്ട് പോകുന്നത് ക്രൂരതയും ക്രിമിനൽ കുറ്റവുമായി പരിഗണിക്കാം എന്നും പറഞ്ഞുകൊണ്ടാണ് കോടതി അവളുടെ വിവാഹമോചനാവശ്യം നിഷേധിക്കുന്നത്.

'എന്റെ മോന്റെ ഭാര്യ അവനെ ശുശ്രൂഷിച്ച് ഇവിടെ ജീവിക്കണം. അവള് ഡോക്ടറോ കളക്ടറോ ആയിരിക്കാം. പക്ഷേ, ഈ വീടിനകത്ത് അവൾ എന്റെ മോന്റെ ഭാര്യ മാത്രമാണ്. അവനെഴുന്നേൽക്കുന്നത് വരെ അവൾ ഇവിടെത്തന്നെ വേണം. അല്ലാതെ രണ്ടുദിവസം കഴിഞ്ഞ് ജോലിക്ക് പോകണം, ശമ്പളം വേണം എന്നൊക്കെ പറഞ്ഞ് അഴിഞ്ഞാടാൻ പറ്റത്തില്ല. മരണത്തെക്കാൾ കയ്പ്പുള്ളവളാണ് നാരി'. എന്ന് അലറുന്ന ജോർജ് മരക്കാരന്മാർ ഇന്നും നമ്മുടെ സമൂഹത്തിലുണ്ട്. ഒരു പെണ്ണിനെ ഇല്ലാതാക്കുന്ന

മാർഗങ്ങളെല്ലാം ജെസബലിനു നേരെ അവർ പ്രയോഗിക്കുന്നുണ്ട്. പാപം എന്ന വാക്കുകൊണ്ട് അവളുടെ ചെറിയ സന്തോഷങ്ങൾ മുഴുവൻ ഇല്ലാതാക്കിയ അമ്മയിൽ നിന്ന് അത് തുടങ്ങുന്നു. ജെറോമിൽ നിന്നും അയാളുടെ അപ്പനിൽ നിന്നും അത് പൂർണമാവുകയും ചെയ്യുന്നു. അവളുടെ പേര് മുതൽ തുടങ്ങുന്ന പരിഹാസം, അവളുടെ ശബ്ദത്തെ അടിച്ചമർത്താനുള്ള ശ്രമം, ജോലി ഇല്ലാതാക്കാനും വീടിനുള്ളിൽ തളച്ചിടാനുമുള്ള പദ്ധതി, സ്വന്തം വീട്ടുകാരിൽ നിന്നുള്ള ഒറ്റപ്പെടുത്തൽ, അവിഹിതബന്ധങ്ങളുടെ ആരോപണം തുടങ്ങിയ പലതന്ത്രങ്ങളും അവർ പയറ്റുന്നു. ഇതുതന്നെയാണ് നമ്മുടെ സമൂഹത്തിൽ കാലാകാലങ്ങളായി സ്ത്രീ അനുഭവിക്കേണ്ടിവരുന്നതും.

പലതരം രൂപകങ്ങളിലൂടെ ഇതിൽ സ്വാതന്ത്ര്യപ്രഖ്യാപനങ്ങൾ നടക്കുന്നുണ്ട്. രൂപമാറ്റം (മുടി മുറിക്കുന്നത്) ലിംഗമാറ്റം എന്നിങ്ങനെ മുറിച്ചു നീക്കലുകളിലൂടെ സ്വാതന്ത്ര്യം പ്രഖ്യാപിക്കുന്ന സ്ത്രീകളെ ഇതിൽ കാണാം. ഈ നോവൽ ജെസബെലിന്റെ ജീവിതം മാത്രമാകുന്നില്ല എന്നതാണ് ഏറ്റവും വലിയ സവിശേഷത. ജെറോം മരക്കാരനും അവിനാശ് ഗുപ്തയും പുലർത്തിയിരുന്ന ബന്ധത്തെക്കുറിച്ച് പറയുന്ന വേളയിൽ, സ്വതന്ത്രലൈംഗികതയെ അംഗീകരിക്കുകയോ അനുവദിക്കുകയോ ചെയ്യാത്ത സമൂഹത്തിന്റെ ദുഷ്ചെയ്തികളെ കൃത്യമായി അവതരിപ്പിക്കുന്നുണ്ട്. കബീർ എന്ന പുരുഷൻ വിവാഹമെന്ന ഉടമ്പടിയിലൂടെ ജെസബെലിനെ സ്വന്തമാക്കാൻ ആഗ്രഹിക്കുമ്പോഴാണ് വീറോടെ പൊരുതുന്ന യഥാർത്ഥ ജെസബെലിനെ നാം കാണുന്നത്. പത്താണുങ്ങളോടൊപ്പം പൊറുത്താലും ആരെയും കല്യാണം കഴിക്കരുത് എന്ന് വളരെ ചെറുപ്പത്തിൽ തമാശയ്ക്കായാണെങ്കിലും ജെസബിലിനെ ബോധിപ്പിച്ച വല്യമ്മച്ചിയുടെ വാക്കുകൾ ജെസബെൽ ഉൾക്കൊള്ളുന്നു. നമ്മുടെ സമൂഹം അടുത്തകാലത്തൊന്നും മാറില്ല എന്ന് ചിന്തിപ്പിക്കുന്ന രീതിയിൽ സ്നേഹയും അമ്മ ജയന്തിയും നോവലിൽ കടന്നുവരുന്നുണ്ട്. പത്താം വയസ്സിൽ പീഡനമേറ്റ മകളെ ഉപദ്രവിക്കുകയും മാനത്തെക്കുറിച്ച് പ്രസംഗിക്കുകയും ചെയ്യുന്ന ജയന്തിമാർ ഇന്നും നമ്മുടെ നാട്ടിലുണ്ടല്ലോ.

സൂര്യനെ അണിഞ്ഞ ഒരു സ്ത്രീ എന്ന ശീർഷകം അസാധ്യത്തെ സാധ്യമാക്കിയ ഒരാളുടെ ജീവിതമാണെന്ന് നമുക്ക് തോന്നാം. എന്നാൽ അതങ്ങനെയല്ല. വളരെ സാധാരണമായ, നിയമം അംഗീകരിക്കുന്ന ഒരു വിവാഹമോചനത്തിനു വേണ്ടി, പുരുഷനും സ്ത്രീ

ക്കും തുല്യനീതി ഉറപ്പു നൽകുന്ന ഭരണഘടനയുള്ള ഒരു ദേശത്ത്, പഠിപ്പും അന്തസ്സുള്ള ഉദ്യോഗവുമുള്ള ഒരു യുവതി നേരിടേണ്ടിവരുന്ന അപമാനങ്ങൾ ഈ നോവൽ നമുക്ക് മുന്നിൽ തുറന്നിടുന്നു. അവളുടെ ചിന്തകളും ശരീരവും നേരിടേണ്ടിവരുന്ന പീഡനങ്ങളെ നമുക്കുമുന്നിൽ അവതരിപ്പിക്കുന്നു. നിസ്സാരമെന്ന് കരുതുന്ന പല കാര്യങ്ങളും നിഷേധിക്കപ്പെടുമ്പോഴാണ് ജെസബൽ നമ്മളോരോരുത്തരുമാണെന്ന് നമുക്ക് തിരിച്ചറിയാനാവുന്നത്. ഹനിക്കപ്പെടുന്ന വ്യക്തിത്വത്തെ, നീതിന്യായ കോടതി പോലും അപഹാസ്യമായ രീതിയിൽ പരിഗണിക്കുന്നത് ഈ നോവലിലെ പോലെ നമ്മുടെ സമൂഹത്തിലും പ്രകടമാണല്ലോ. ഈ നോവൽ ഒരു വെല്ലുവിളിയല്ല. അടിമയെന്ന് സ്വയം വിചാരിക്കുകയും വിശ്വസിപ്പിക്കുകയും ജീവിക്കുയും ചെയ്യുന്ന പരമ്പരാഗത സ്ത്രീജന്മങ്ങളെ അഭിസംബോധന ചെയ്യുന്ന, സ്വയം മൗഢ്യം തിരിച്ചറിയാനുള്ള ഒരു പാഠപുസ്തകമാണ്. സമൂഹം നിഷ്കർഷിക്കുന്ന ചട്ടക്കൂടുകൾക്കുള്ളിൽ പണിതീർത്തെടുത്ത അനേകായിരം സ്ത്രീജന്മങ്ങളിൽ നിന്ന് മാറി നിന്നുകൊണ്ട് വ്യക്തിത്വമുള്ളവരായി മാറാനുള്ള ഒരാഹ്വാനമാണ് ഈ നോവൽ നൽകുന്നത്. ഒട്ടനേകം സ്ത്രീ ജീവിതങ്ങളെ, അവരുടെ സ്വാതന്ത്ര്യത്തെക്കുറിച്ചുള്ള സമൂഹധാരണയെ പ്രശ്നവത്കരിക്കുന്ന ഒരു കൃതിയെന്ന നിലയിൽ ഏറെ വായിക്കപ്പെടേണ്ടതും ചർച്ച ചെയ്യപ്പെടേണ്ടതുമായ നോവലാണ് സൂര്യനെ അണിഞ്ഞ ഒരു സ്ത്രീ.

ഡോ. സ്വപ്ന സി. കോമ്പാത്ത്

സഹൃദയ കോളേജ് ഓഫ് അഡ്വാൻസ്ഡ് സ്റ്റഡീസിൽ മലയാള വിഭാഗം അസിസ്റ്റന്റ് പ്രൊഫസർ. നിഴൽ നാടകം, ചലിക്കുന്ന ലോകത്തിന് പിന്നിൽ, എം.ടി. സിനിമകളും മലയാളി ജീവിതവും, മറുപരി സീലനൈ, അരവിന്ദന്റെ കൊച്ചുവർത്തമാനങ്ങൾ, പെൺകഥകൾ (എഡിറ്റർ), ചലച്ചിത്രം: ആഖ്യാനം സംസ്കാരം (എഡിറ്റർ) എന്നിവയാണ് കൃതികൾ. കേരള സാഹിത്യ അക്കാദമിയുടെ തുഞ്ചൻ എൻഡോവ്മെന്റ് ലഭിച്ചിട്ടുണ്ട്.

❍❍

പ്രകാശത്തിലേക്ക് തുറക്കുന്ന കണ്ണുകൾ

ഡോ. പ്രിൻസ് മോൻ ജോസ്

പെണ്ണെഴുത്തിന്റെ പരിചിതവഴികളിലൂടെ സഞ്ചരിക്കാതെ നൂതനമായ വഴികളിലൂടെ സ്ത്രീചിന്തകളെ വ്യാപരിപ്പിക്കേണ്ടതുണ്ട് എന്ന കാഴ്ച്ചപ്പാടുകൾ ഇന്ന് പ്രബലമായി തുടങ്ങിയിരിക്കുന്നു. പുരുഷാധിപത്യത്തോടുള്ള അസ്വാരസ്യങ്ങളെ മാത്രം താലോലിക്കുന്ന രചനകൾ തികച്ചും ബാലിശമാണെന്നും, ആവർത്തന വിരസതയുടെയും അസ്വസ്ഥതയുടെയും മാനങ്ങൾ മാത്രമേ അവ സമ്മാനിക്കുകയുള്ളുവെന്നും എഴുത്തുകാരികൾ ചിന്തിച്ചു തുടങ്ങിയിരിക്കുന്നു. അതുകൊണ്ട് പരിചിതമായ രീതി വിട്ട് അപരിചിതവഴിയിലൂടെ പലരും ഇന്ന് സഞ്ചരിച്ചു തുടങ്ങിയിട്ടുണ്ട്. പ്രശ്നങ്ങൾ പലതും സാമൂഹികമാനങ്ങൾക്കപ്പുറം വ്യക്തിഗതമാണെന്നും ഒരു പുരുഷൻ ക്രൂരനാണെന്നു കരുതി അടുത്തയാൾ അതുപോലെയാണെന്ന് സാമാന്യവത്ക്കരിക്കുന്നത് ശരിയല്ല എന്നതും വാസ്തവമായി ഇന്ന് അംഗീകരിക്കപ്പെട്ടു തുടങ്ങിയിരിക്കുന്നു. ലിംഗവിവേചനം എന്ന തലത്തിനപ്പുറം ലിംഗപരിപ്രേക്ഷ്യത്തിന്റെ തലത്തിൽ ഇവയെ സമീപിക്കുകയും തുറന്ന മനസ്സോടെ അവയെ നിരീക്ഷിക്കുകയും ചെയ്യുന്ന രീതിയ്ക്ക് എഴുത്തിൽ തുടക്കമിടുകയും ചെയ്തു. ജെ. ദേവികയുടെ അഭിപ്രായത്തിൽ സ്ത്രീ പുരുഷ വ്യത്യാസത്തിന് പുറമെ ജാതി, വർഗം, പ്രായം, ലൈംഗികാഭിരുചി മുതലായ പല ഘടകങ്ങളാൽ നിർണയിക്കപ്പെടുന്ന ലിംഗരാഷ്ട്രീയം ഒരിക്കലും മർദ്ദകനും, മർദ്ദിതനും തമ്മിലുള്ള പോരാട്ടം മാത്രമാകുന്നില്ല. സാഹിത്യ നിരൂപണരംഗത്തും, സാംസ്കാരിക പഠനത്തിലും സാമൂഹ്യ ശാസ്ത്രങ്ങളിലും ചരിത്രത്തിലും ഇന്ന് ലിംഗ പരിപ്രേക്ഷ്യം ഏറെ വികാസം പ്രാപിച്ചു കഴിഞ്ഞു. അതിന്റെ രാഷ്ട്രീയരൂപങ്ങളും ധാരാളം ദൃശ്യത കൈവരിച്ചിരിക്കുന്നു. മീര

യുടെ രചനകൾ ബോധപൂർവ്വമോ, അല്ലാതെയോ ലിംഗപരിപ്രേക്ഷ്യത്തെ അവതരിപ്പിക്കുന്നവയാണ്. ഈ തലത്തിൽ വായിക്കപ്പെടേണ്ട നോവലാണ് നേത്രോന്മീലനം.

വീടു വിട്ട് ചില സ്ത്രീകൾ പോകുമ്പോൾ സ്നേഹിച്ച പുരുഷന്റെ കാഴ്ച്ച കൂടി കൊണ്ടു പോകും. മറ്റു ചിലർ പകരം രണ്ടു കണ്ണുകൾ സമ്മാനിക്കും. കണ്ണുകെട്ടിക്കളിക്കാനും, പ്രകാശത്തിലേക്ക് തുറക്കാനും രണ്ടു കണ്ണുകൾ. ഈ രണ്ടു വാചകങ്ങളിലൂടെ നേത്രോന്മീലനം എന്ന നോവൽ അവസാനിക്കുമ്പോൾ ആഖ്യാനത്തിന്റെ സാരവും സൗന്ദര്യവും, കഥാസാരവും തെളിമയോടെ, വ്യക്തതയോടെ ഈ വാക്യങ്ങളിൽ സംഗ്രഹിക്കപ്പെട്ടിരിക്കുന്നു. അത്യന്തം നിഗൂഢവും, വ്യത്യസ്തവും വൈവിധ്യമാർന്നതുമായ ജീവിതത്തിന്റെ സ്വാഭാവികതയെ ആലേഖനം ചെയ്യുക, അത് പ്രകാശനോടും ദീപ്തിയോടും രജനിയോടും ശ്യാമനോടും, ചന്ദ്രമോഹനോടും ചേർന്ന് അവരുടെ ജീവിതത്തിന്റെ വഴികളിലൂടെ തന്നെ നിർവ്വഹിക്കാനാണ് കെ.ആർ. മീര ഉദ്യമിക്കുന്നത്. ജീവിതത്തിനും സ്നേഹത്തിനും പുതിയ വ്യാഖ്യാനങ്ങൾ നിർമിക്കുന്ന സ്ത്രീ സ്വത്വങ്ങളുടെ കടന്നുവരവ്, ഒപ്പം സമാന്തരമായി യാഥാസ്ഥിതികമായ യാന്ത്രികത നിർവ്വചിക്കുന്ന ബന്ധങ്ങളുടെ കാർക്കശ്യം, ഇവ താങ്ങാനാവുന്നതിലും അപ്പുറമാണെന്ന് തെളിയിക്കുന്ന കഥാപാത്രങ്ങൾ, ഇവ സൃഷ്ടിക്കുന്ന വഴികളിലൂടെയാണ് എഴുത്തുകാരി സഞ്ചരിക്കുന്നതും, അവരുടെ അനുഭവങ്ങൾ കാട്ടിത്തരുകയും ചെയ്യുന്നത്. മോഹമഞ്ഞയിലെ നായികയും നായകനും ഇത്തരത്തിൽ സമാനമായ അനുഭവങ്ങളുള്ളവരും ബന്ധങ്ങളെ പുനർനിർവചിക്കുന്നവരുമാണ്. ഈ അന്വേഷണത്തിന്റെ തുടർച്ച മറ്റ് കഥാപാത്രങ്ങളിലൂടെ നേത്രോന്മീലനം എന്ന നോവലിൽ പൂർണത കൈവരിക്കുന്നു. മോഹമഞ്ഞ എന്ന കഥ സ്നേഹത്തിന് പുതിയ നിർവചനം നൽകുകയും, സ്നേഹത്തെപ്പറ്റി ഒരന്വേഷണം നടത്തുകയും ചെയ്യുന്നുണ്ട്. ലിംഗവത്കൃത ജീവിതങ്ങൾ, വ്യക്തികളുടെ മേൽ നടത്തുന്ന അധിനിവേശത്തിന്റെ തലങ്ങൾ അതിനെ പ്രതിരോധിക്കുന്ന പുതിയ സമവാക്യങ്ങളുടെ രംഗപ്രവേശം ഇവയെല്ലാം മോഹമഞ്ഞ പറഞ്ഞു വയ്ക്കുന്നു. ഇര എന്നത് സ്ത്രീ മാത്രമല്ല. പുരുഷനും സമാന വഴികളിലൂടെ, അനുഭവങ്ങളിലൂടെ സഞ്ചരിക്കുന്നവൻ തന്നെ എന്ന് മോഹമഞ്ഞ എന്ന കഥ കണ്ടെത്തുന്നുണ്ട്. പുരുഷനും സ്ത്രീയും വഹിക്കേണ്ടി വരുന്ന ലിംഗവത്കൃത ജീവിതഭാരങ്ങൾ ദുഃഖത്തിന്റെ ആഴങ്ങളിലേക്ക് ഇരുവരെ

യും വലിച്ചിഴയ്ക്കുന്നു.അതിനെ മറികടന്ന് കഥാനായകർ സ്നേഹത്തിന്റെ പുതിയ ഗാഥകൾ രചിക്കാനൊരുങ്ങുമ്പോൾ, നൈമിഷികമായ സായൂജ്യം മാത്രം സമ്മാനിച്ച് വിധി അവരെ മരണത്തിലേക്ക് കൂട്ടിക്കൊണ്ടുപോകുന്നു. രോഗത്തിന്റെ പൂക്കൾ പ്രണയാർദ്രമായി വിരിയുന്നതിന്റെ സൗന്ദര്യവും, അവ കൊഴിഞ്ഞു പോകുമ്പോൾ ഉണ്ടാകുന്ന വിഹ്വലതയുടെ ആഴവും മോഹമഞ്ഞയിലുണ്ട്. പ്രണയഭാവത്തിന്റെ ഊഷരതയാണ് പലരെയും രോഗാതുരരാക്കുന്നതെന്നും, സ്നേഹത്തിന്റെ പച്ചപ്പ് തേടി അലയുന്നവർ അവസാനം പ്രണയം കണ്ടെത്തുകയും ദുർബലരായി അതിന് വിധേയപ്പെടുകയും ആ സായൂജ്യത്തിന്റെ സാഫല്യത്തിൽ സ്വയം മതിമറന്നവരായി മാറുകയും ചെയ്യുന്നതും, കഥാപരിണാമത്തെ ഹൃദയത്തോടടുപ്പിക്കുന്നു. നിഷ്ക്കളങ്കവും നിർമലവുമായ പ്രണയത്തിന്റെ വഴിയെ തന്റെ കഥാപാത്രങ്ങൾക്കൊപ്പം സഞ്ചരിക്കാനാണ്, കെ.ആർ. മീരയ്ക്ക് എന്നും താല്പര്യം. ആ പ്രണയത്തിലേക്ക് തീവ്രമായി അടുപ്പിക്കുന്നതിന് പ്രതിലോമശക്തിയായി നിലനിൽക്കുന്ന യാഥാസ്ഥിതിക മനോഭാവങ്ങളും കഥാപാത്രങ്ങളും പുരുഷാധിപത്യത്തിന്റെ പഴയ സാമ്പ്രദായിക തലങ്ങളെയാണ് അടയാളപ്പെടുത്തുന്നത്. അതിനോടുള്ള പ്രതിഷേധമായി പ്രണയം ഉദിക്കുമ്പോൾ അവ ഏറെ തീക്ഷ്ണതരമായി പ്രത്യക്ഷപ്പെടുമെന്നും അനുഭവവേദ്യമാകുമെന്നും മോഹമഞ്ഞ എന്ന കഥ വ്യക്തമാക്കുന്നു.

ഇഴയടുപ്പമുള്ള സ്ത്രീപുരുഷ ബന്ധത്തിന്റെ വിലോലഭാവങ്ങളിലൂടെ നോവലിസ്റ്റ് നടത്തുന്ന സഞ്ചാരമാണ് നേത്രോന്മീലനം എന്ന നോവൽ. രമ്യമനോഹരമായ ജീവിതതാളങ്ങളിൽക്കിടയിൽ വേർപാടിന്റെ അപകടങ്ങൾ പിണയുമ്പോൾ അവ ജീവിതത്തെ എത്രമാത്രം അന്ധകാരമയമാക്കുന്നു എന്നത് പ്രകാശന്റെ ജീവിതത്തിലൂടെ കെ.ആർ. മീര വരച്ചുകാട്ടുന്നു. തന്റെ പ്രിയപ്പെട്ടവളായ ദീപ്തി നഷ്ടപ്പെട്ടപ്പോൾ പ്രകാശൻ വന്നെത്തിയതും ആ ക്രൂരമായ അന്ധകാരത്തിലേയ്ക്കായിരുന്നു. ചില സ്ത്രീകൾ വിട്ടുപോകുമ്പോൾ സ്നേഹിച്ച പുരുഷൻമാരുടെ കാഴ്ച്ച കൂടി കൊണ്ടു പോകും. പിന്നീട് ഇവന്മാർക്ക് ലോകത്തെ പഴയതുപോലെ നോക്കിക്കാണുക അസാധ്യമായിത്തീരും. ദീപ്തി അപ്രത്യക്ഷമായപ്പോൾ പ്രകാശന്റെ കാഴ്ച്ചയിൽ നിന്ന് ആദ്യം വാർന്നുപോയത് ദൂരവും സ്ഥാനവുമായിരുന്നു. ക്രമേണ ആകൃതികൾ അലങ്കോലപ്പെടുകയും അവസാനം വർണങ്ങൾ മാഞ്ഞു സദാ വെള്ളി വെളിച്ചം

പ്രതിഫലിക്കുന്ന കണ്ണാടിച്ചീളു മാത്രം അവശേഷിക്കുകയും ചെയ്തു. പിന്നീട് ആ ഇരുട്ടിൽ നിന്ന് ഒരിക്കൽ പോലും മോചനം നേടാൻ പ്രകാശന് സാധിക്കുന്നില്ല. പിന്നീട് വേർപാടിന്റെ അനവധി മുഹൂർത്തങ്ങളിലൂടെ കടന്നു പോകേണ്ടി വന്നപ്പോഴും ഇതേ അനുഭവം തന്നെയാണ് അയാൾക്കുണ്ടാകുന്നതും. കാഴ്ച്ച നഷ്ടപ്പെടുകയാണെന്ന സൂചന അയാൾക്ക് ലഭിച്ചത് രാത്രിയിലെ ഒരു സ്വപ്നത്തിൽ നിന്നായിരുന്നു. ദീപ്തിയെ നഷ്ടപ്പെട്ടെന്ന യാഥാർത്ഥ്യത്തെ ആ സ്വപ്നത്തിൽ അയാളുടെ മനസ്സ് മായിച്ചു കളഞ്ഞു. തിരുത്തിയെഴുതിയ കഥയിലെന്നതു പോലെ സ്വപ്നത്തിൽ അവൾ പോയ അതേ ട്രെയിനിൽ മടങ്ങിവരുകയും പ്രസവിക്കുകയും തുടുത്ത ഒരുണ്ണി കൈകാലിട്ടടിച്ച് അയാളെ അച്ഛാ എന്ന് വിളിക്കുകയും ചെയ്തു. അവൻ വളർന്നതും അവനുമായി കണ്ണുകെട്ടു കളി കളിച്ച് പൊട്ടിച്ചിരിക്കുകയും ചെയ്തപ്പോൾ അമ്മ പ്രകാശന്റെ മുറിയിലെത്തി അവനെ വിളിച്ചു. അപ്പോഴാണ് അത് സ്വപ്നമായിരുന്നതെന്ന് പ്രകാശൻ അറിയുന്നത്. അച്ഛന്റെ ആത്മഹത്യയ്ക്കു ശേഷം ആശയക്കുഴപ്പമുണ്ടാക്കിയ സ്വപ്നത്തിന്റെയും യാഥാർത്ഥ്യത്തിന്റെയും അതിർവരമ്പുകൾ, ദീപ്തിയുടെ തിരോധാനത്തോടെ മാഞ്ഞ് അയാളെ വിഭ്രമത്തിലേക്ക് വീഴ്ത്തി. തന്റെ കാഴ്ച്ച കവർന്നെടുത്ത സ്ത്രീയെ ഒരിക്കൽക്കൂടി കാണാനുള്ള ഉത്ക്കടമായ ആഗ്രഹത്തിൽ പ്രകാശൻ നിശബ്ദനായി കരഞ്ഞു.

ദീപ്തിയെ തേടി സഞ്ചരിച്ച ശ്യാമനും പ്രകാശനും മനോവിഭ്രാന്തിയുള്ള സുപ്രഭയെ ദീപ്തിയെന്ന് തെറ്റിദ്ധരിച്ച് വീട്ടിൽ പാർപ്പിക്കുന്നുണ്ട്. എന്നാൽ അവളുടെ സാന്നിധ്യം പ്രകാശനിൽ സംതൃപ്തി നിറയ്ക്കുന്നില്ല. ദീപ്തിയെന്നു തെറ്റിദ്ധരിക്കപ്പെട്ട സ്ത്രീ കൂടി യാത്രയായതിനു ശേഷം ഓരോ ദിവസവും വീട്ടിനുള്ളിൽ നിറഞ്ഞ ഭയാനകമായ ശൂന്യത പ്രകാശനെ സംബന്ധിച്ചിടത്തോളം ഒരു പുതിയ യാഥാർത്ഥ്യത്തിലേക്കു കണ്ണു തുറപ്പിക്കുന്നതായിരുന്നു. സ്നേഹിച്ച സ്ത്രീകൾ വിട്ടു പോകുമ്പോൾ ആത്മാവിൽ നിറയുന്ന അന്ധകാരത്തെക്കുറിച്ച് ലോകത്തെ ബോധവത്ക്കരിക്കേണ്ട കാലം വൈകിയെന്ന് അയാൾക്കു പെട്ടെന്ന് ബോധോദയമുണ്ടാവുകയും തന്റെ കാഴ്ച്ചയെ തടയുന്ന പ്രകാശത്തിന്റെ കണ്ണാടിച്ചീൾ കുത്തിപ്പൊട്ടിക്കാൻ കൈ തരിക്കുകയും ചെയ്തു. കണ്ണുകൾക്കുള്ളിൽ കടന്നു വരുന്ന ഏതു പ്രകാശരശ്മിയെയും നിഷ്പ്രഭമാക്കി വെട്ടിത്തിളങ്ങുന്ന കണ്ണാടിക്കു പിന്നിൽ അയാൾ സ്നേഹിച്ച എട്ടു പേർ മറഞ്ഞു നിൽപ്പുണ്ടായിരുന്നു. അച്ഛൻ, ദീപ്തി, മാധവ

മേനോൻ, ആഭാമ, രജനി, ദീപ്തിയെന്നു സംശയിക്കപ്പെട്ട സുപ്രഭ യെന്ന സ്ത്രീ, ദീപ്തിയുടേതെന്ന പോലെ രജനിയുടെയും ഗർഭ ത്തിലെ കുഞ്ഞുങ്ങൾ ഇവർക്കെല്ലാം ആരുടെയൊക്കെയെങ്കിലും മനസിൽ പ്രകാശം നിറയ്ക്കാനും വിരഹത്താൽ അന്ധകാരം നിറ യ്ക്കാനും കഴിഞ്ഞു. സ്ത്രീ-പുരുഷ ബന്ധങ്ങളിൽ ഊഷ്മളതയും സൗന്ദര്യവും ആനന്ദവും നിറയ്ക്കാൻ ആഗ്രഹിക്കുന്ന ഒരു പറ്റം കഥാപാത്രങ്ങളുടെ നീണ്ട നിര നേത്രോന്മീലനം എന്ന നോവലി ലുണ്ട്.

പ്രകാശനും ദീപ്തിയും ശ്യാമനും ശോഭനയും എല്ലാം ദാമ്പ ത്യത്തെ സന്തോഷത്തോടെ അരങ്ങാക്കുന്നവരാണ്. എന്നാൽ പ്രകാശന്റെ ആനന്ദം വളരെ വേഗം അസ്തമിക്കുന്നു. ഗർഭിണി യായ ദീപ്തിയുടെ തിരോധാനം പ്രകാശനെ തികച്ചും നിർജ്ജീവ നാക്കുന്നു. പ്രകാശമായ ദീപ്തിയ്ക്കൊപ്പം സഞ്ചരിച്ചിരുന്ന പ്രകാ ശൻ, ദീപ്തിയുമായുള്ള വിരഹത്താൽ ഇരുട്ടിലേക്ക് ഇടറിവീഴുന്നു. പിന്നെ അയാളുടെ ജീവിതത്തിൽ സംഭവിക്കുന്നതെല്ലാം അപശ കുനങ്ങളാണ്. ദീപ്തിയെത്തേടി ശ്യാമനും, പ്രകാശനും അലയാ ത്ത ഇടങ്ങളില്ല. അനാഥശവങ്ങൾ, മോർച്ചറികൾ, അനാഥമന്ദിര ങ്ങൾ എന്നിവിടങ്ങളിലെല്ലാം ദീപ്തിയെ അവർ തേടി. മോർച്ചറി യിലെ തണുപ്പുകൾ ഒരു മരവിപ്പായി ശ്യാമനിലും, പ്രകാശനിലും അരിച്ചിറങ്ങി. നിർവികാരതയുടെ ആഴങ്ങൾ ഇരുവരും തൊട്ടറി ഞ്ഞു. സ്നേഹത്തിന്റെയും പ്രണയത്തിന്റെയും മധുരം തേടി അല യുന്ന പ്രകാശൻ, രജനിയിൽ നിന്ന് പ്രകാശത്തിലേക്ക് കടന്നുവ രാൻ ശ്രമിക്കുന്നു. എന്നാൽ അത് സഫലമായുന്നില്ല. ദീപ്തിയുടെ ചിത്രം രജനിയുടെ മുമ്പിൽ ഭിത്തിയിൽ തൂങ്ങിയാടുമ്പോൾ അവൾക്ക് പ്രകാശനിലേക്ക് പ്രണയമായി നിറയാനാവുന്നില്ല. ദീപ് തി എന്ന പ്രതിബന്ധമില്ലാതെ പ്രകാശനെ പ്രണയിക്കാൻ ആഗ്ര ഹിക്കുന്ന രജനിയ്ക്ക് ഈ ചിത്രം തടസമാകുന്നു. അത് മാറ്റുവാൻ പ്രകാശൻ തയാറാകാത്തതും അവളെ അലോസരപ്പെടുത്തുന്നു. അവസാനംഅവൾ പ്രകാശനെ വിട്ട് ഓടിപ്പോകുകയാണ്.

രജനി നിഷ്ക്കളങ്കമായി, പ്രണയിക്കാൻ ആഗ്രഹിക്കുന്നവൾ. എന്നാൽ ഉപാധികളോടെയുള്ള സ്നേഹത്തെ അവൾ ഒരിക്കലും സ്വീകരിക്കാൻ തയാറായില്ല. അതു കൊണ്ട് പ്രകാശനെ വിട്ട് ചന്ദ്ര മോഹന്റെ അടുക്കലെത്തുമ്പോഴും ആ ബന്ധം തുടരാൻ അവൾ ക്ക് കഴിയുന്നില്ല. അവിടെ ചന്ദ്രമോഹന്റെ മരണപ്പെട്ട ഭാര്യയുടെ ഓർമ അവരുടെ ബന്ധത്തിന് പ്രതിബന്ധമാകുന്നു. അവസാനം

പ്രണയസാഫല്യത്തിനപ്പുറം, മാതൃസ്നേഹത്തിന്റെ തലത്തിലേക്ക് അവളുടെ മനസ് ഉയരുന്നു. ദീപ്തിയുടെയും പ്രകാശന്റെയും മകനെന്ന് സംശയിക്കുന്ന സൂരജിനെ സ്വന്തം പുത്രനെപ്പോലെ അവൾ താലോലിക്കുന്നു. കൂടെ കൊണ്ടു നടക്കുന്നു. അന്ധനായ പ്രകാശന്റെ അന്ധനായ മകനെ അവർ വഴി നടത്തി. അനാഥാലയത്തിന്റെ നിരാംലബമായ അവസ്ഥയിൽ നിന്ന് അവന് അവൾ മോചനം നൽകി. എന്നാൽ ചന്ദ്രമോഹന്റെ വീട്ടിൽ നിന്ന് സൂരജിനുണ്ടായ ദുരനുഭവങ്ങൾ, ചന്ദ്രമോഹനെ ഭർത്താവായി കരുതാനാവാത്ത വിധം തടയുന്ന പ്രകാശന്റെ ഓർമകൾ ഇവ അവളെ അനാഥത്വത്തിന്റെ നിസ്സഹായതയിലേക്ക് തള്ളിവിടുന്നു. തിരികെ സൂരജിനെ അനാഥാലയത്തിൽ പ്രവേശിപ്പിക്കേണ്ടി വരുന്നതും ഈ നിസ്സഹായതയിൽ നിന്നുമാണ്. അതിന്റെ തീവ്രമായ വേദനയിൽ ഇരുവരും വല്ലാതെ ഉലയുന്നുമുണ്ട്. എന്നാൽ അനാഥത്വവും അതിന്റെ നൊമ്പരവും തന്റെ വിധിയായി കരുതി സ്വയം സമാധാനിക്കുന്ന തലത്തിലേക്ക് സൂരജ് വളരുന്നതും നോവലിസ്റ്റ് ഹൃദയസ്പർശിയായി വരച്ചുകാട്ടുന്നു.

ട്രെയിൻ യാത്രയ്ക്കിടെ കാണാതായ ദീപ്തിയെ നിരന്തരമായി അന്വേഷിക്കുന്ന ശ്യാമനും പ്രകാശനും വിട്ടു പിരിയാനാവാത്ത അവളുടെ പ്രഭാവത്തെയാണ് അടയാളപ്പെടുത്തുന്നത്. പ്രകാശന്റെ പൂർണതയ്ക്ക് സംഭവിച്ച അപഭ്രംശമായി ഈ തിരോധാനത്തെ കണക്കാക്കാം. ഇത് പരിഹരിക്കാൻ പല മാർഗങ്ങളും അവർ തിരയുന്നുണ്ട്. ദീപ്തിയെന്ന് തെറ്റിദ്ധരിച്ച് മനോനില തെറ്റിയ സുപ്രഭയെ വീട്ടിൽ കൊണ്ടുവന്ന് പാർപ്പിക്കുന്നുണ്ട്. എന്നാൽ യഥാർത്ഥ ദീപ്തിയുടെ ശോഭയിലേക്ക്, വെളിച്ചത്തിലേക്ക് കൂട്ടിക്കൊണ്ടുപോകാൻ ഇവരുടെ സാന്നിധ്യം കൊണ്ട് സാധിച്ചില്ല. അവസാനം അത് ദീപ്തിയല്ലെന്നും സുപ്രഭയാണെന്നും കണ്ടെത്തുന്നു. ദീപ്തിയുടെ അച്ഛനും ശ്യാമനും ദീപ്തിയായി സുപ്രഭയെ തെറ്റിദ്ധരിച്ചപ്പോഴും, ദീപ്തി എന്ന സത്യത്തിൽ മുറുകെ പിടിക്കുകയാണ് പ്രകാശൻ ചെയ്തത്. ദീപ്തിയെ തിരിച്ചറിഞ്ഞ, അവളുടെ സ്നേഹത്തിന്റെ ആഴമറിഞ്ഞവന്റെ ബോധ്യങ്ങളാണ് പ്രകാശനെ നയിക്കുന്നത്.

ദീപ്തിയെന്ന് സംശയിക്കപ്പെടുന്ന ഒരാളും ദീപ്തിയാവാൻ കൊതിക്കുന്ന രജനിയും നോവലിൽ ഇടയ്ക്ക് കടന്നു വരുന്നുണ്ട്. കാണാതാകുമ്പോൾ ഗർഭിണിയായിരുന്ന ദീപ്തി എവിടെയെന്ന ചോദ്യംനമ്മുടെ കാഴ്ചയിൽ, ചിന്തയിൽ എപ്പോഴും വേവലാതി

നിറയ്ക്കും. പ്രകാശനെ ആകർഷിച്ച സ്ത്രീരത്നം ആരാണ് എന്ന റിയാനുള്ള ആകാംക്ഷയോടെ ദീപ്തിയുടെ പാതയിലൂടെ യാത്ര യ്ക്ക് പുറപ്പെട്ട രജനിക്ക് ഒടുവിൽ താൻ ദീപ്തിയെ കണ്ടെത്തിയെ ന്ന തോന്നലുണ്ടാവുന്നു. താൻ ദീപ്തിയാണെന്നു അവർ തുറന്നു സമ്മതിച്ചില്ലെങ്കിലും കുന്താപുരയിലെ ഒരു ചെറിയ ഗ്രാമത്തിൽ ചരൽക്കല്ലുകൾ നിറഞ്ഞ വീട്ടുവളപ്പിൽ കളമെഴുതിയ മുറ്റത്ത് ഉണ ങ്ങാൻ വെച്ച കണ്ണുകൾ വരയ്ക്കാത്ത നൂറുകണക്കിന് ശിവപ്രതിമ കളുടെ ഉണക്കുതിട്ടപ്പെടുത്തുന്ന ജ്യോതിയെന്ന സ്ത്രീ ദീപ്തിയി ല്ലെന്ന് വിശ്വസിക്കാൻ രജനിയോടൊപ്പം വായനക്കാരനും സാധി ക്കുകയില്ല.

'കണ്ണുകൾ അവസാനമേ വരയ്ക്കാവൂ'

ഗർഭത്തിൽ കിടക്കുന്ന കുട്ടി പോലും പൂർണ വളർച്ചയായിട്ടേ കണ്ണുതുറക്കൂ...

നേത്രോന്മീലനം കഴിഞ്ഞാൽ ശില്പമുണ്ടാക്കിയ ശിൽപ്പിക്കു പോലും സ്ഥാനമില്ലാതാവുന്നു. പിന്നെ ശിൽപ്പം സ്വയംകാണുന്നു. അതുപോലെ അവരവരുടെ കണ്ണുകളിലൂടെ ലോകത്തെ നോക്കി ക്കാണുകയും സ്നേഹമെന്ന വികാരത്തിലൂടെ പുരുഷന് തന്നിലേ ക്കുതന്നെ കാഴ്ച നൽകുന്ന സ്ത്രീജന്മങ്ങളെ ഓർമിച്ചും സ്നേഹി ച്ചും ഈ നോവലാഖ്യാനം മുന്നേറുന്നു. പ്രകാശൻ, ദീപ്തി, ജ്യോ തി, രജനി, ശ്യാമൻ അങ്ങനെ ഇരുളും വെളിച്ചവും നിറഞ്ഞുനിന്ന പേരുകൾ എത്ര ദീപ്തമായാണ് നോവലിൽ നിറയുന്നത്! കാഴ്ച പകുതി വെളിച്ചവും പകുതി ഭാവനയുമാണ്...നീ ആഗ്രഹിക്കുന്ന താണ് നീ കാണുന്നത്...കാണാതിരിക്കുന്നതും... ' 'സ്നേഹം വെ ളിച്ചം പോലെയാണ്...പ്രത്യേകിച്ചാരുടേതുമല്ല. എന്നാൽ എല്ലാവ രുടേതുമാണുതാനും. അവനവന്റെ കാഴ്ച പോലെ അനുഭവിക്കാം. ഓരോ മനുഷ്യനും കാഴ്ചവട്ടത്തിൽ ഒരു അന്ധതാബിന്ദുവുണ്ടാ കും. അത് ഉണ്ടാകുന്നതല്ല, യഥാർത്ഥ അപകടം, അതിനെ തിരിച്ച റിയാത്തതാണ്. ഈ അന്ധതാ ബിന്ദുവിൽ വരുന്നതൊന്നും നാം കാണുകയില്ല. പക്ഷേ, കാണുന്നില്ലെന്ന് നാം തിരിച്ചറിയും മുൻ പേ പ്രജ്ഞ അതിന് ചുറ്റുമുള്ള കാഴ്ചകളുടെ തുടർച്ച സങ്കല്പി ച്ചെടുത്ത് ആ വിടവ് നികത്താൻ പണിപ്പെടുന്നു. ഫലമോ, നമ്മുടെ അന്ധത നമ്മളൊരിക്കലും തിരിച്ചറിയുന്നില്ല.' അവസാനം കണ്ണു കൊണ്ട് കാണുന്നത് മാത്രമല്ല കാഴ്ച എന്ന് ഈ നോവൽ അടിവ രയിടുന്നു. ഈ സത്യത്തിലേക്ക് നോവലിസ്റ്റ് നമ്മെ കൈപിടിച്ചു യർത്തുന്നു.

സ്ത്രീപുരുഷ ബന്ധത്തിന്റെ നിഷ്ക്കളങ്ക നിമിഷങ്ങൾക്കൊപ്പം അവയ്ക്ക് സമാന്തരമായി സ്ത്രീയെ കീഴടക്കുന്ന പുരുഷന്റെ അക്രമഭാവവും നോവലിൽ കടന്നുവരുന്നുണ്ട്. ദീപ്തിയെ തേടിയുള്ള രജനിയുടെ സഞ്ചാരം അവസാനം, ജ്യോതിയുടെ പക്കലെത്തിക്കുന്നു. അവളുടെ അനുഭവം ഏറ്റവും വേദന പടർത്തുന്നവയായിരുന്നു. ഒഴിഞ്ഞ നെടുനീളൻ കംപാർട്ടുമെൻറുകളിൽ നീല നിറമുള്ള ബർത്തുകൾക്കിടയിലൂടെ അഴിഞ്ഞു പോയ സാരിയും വലിച്ച്, ചുരുണ്ട മുടി അഴിച്ചിട്ട്, ഉന്തിയവയറുമായി അവൾ ഓടിയ കാര്യം ജ്യോതി ഒരു മടിയും കൂടാതെ പറഞ്ഞു.. ഫസ്റ്റ് ക്ലാസ് കൂപ്പയിലിട്ട് ആ രാത്രി മുഴുവൻ പലരും തന്നെ ബലാൽസംഗം ചെയ്തെന്ന് ജ്യോതി ഭാവഭേദമില്ലാതെ മൊഴിഞ്ഞു. എനിക്ക് എന്നോടു തന്നെ വെറുപ്പു തോന്നി.

എന്റെ ശരീരം മുഴുവൻ അഴുക്കായിരുന്നു. പുരുഷൻമാരുടെ അഴുക്ക്. ഉമിനീർ... ശുക്ലം... വിയർപ്പ്... ദുർഗന്ധം... രജനിക്ക് ആ ഓർമയിൽ വീണ്ടും കൊഴുത്ത മഞ്ഞ വെള്ളം തികട്ടിത്തികട്ടി വന്നു. വയറ്റിൽ എന്റെ കുഞ്ഞു കിടന്നു ഞെളിയുകയും പിരിയുകയും ചെയ്തു. വയറു പൊട്ടിച്ച് ഗർഭപാത്രം ഭേദിച്ച് അവൻ പുറത്തു വന്നു. മകൻ നഷ്ടപ്പെട്ട അമ്മയുടെ നൊമ്പരം. കുഞ്ഞു മരിച്ചു. വയറ്റിൽ അവന്റെ സ്ഥാനത്തു തുന്നിക്കെട്ടിയ മുറിവു മാത്രമേ അവശേഷിച്ചിരുന്നുള്ളു എന്ന് അവർ കണ്ണീരില്ലാതെ പറഞ്ഞു.

ട്രെയിനിൽ നിന്നു വീണു ബോധമറ്റു കിടന്ന ജ്യോതിയെ രക്ഷിച്ചത് ഒരു പ്രതിമ വില്പപ്പനക്കാരനായിരുന്നു. അയാൾ അവർക്കു ചികിത്സ നൽകി. രോഗം ഭേദപ്പെട്ടപ്പോൾ അയാൾ അവരെ വീട്ടിലേക്ക് കൊണ്ടുപോയി. ഇതാണ് ആ വീട്... അതാണ് എന്റെ പുരുഷൻ... രക്ഷകരും ഒപ്പം ചൂഷകരുമാകുന്ന പുരുഷവർഗത്തിന്റെ രണ്ടു തലങ്ങൾ. ഈ രണ്ടു തലത്തിലുള്ള മുഖങ്ങളും ജ്യോതി സ്വന്തം ജീവിതത്തിലൂടെ അനുഭവിച്ചറിഞ്ഞിരിക്കുന്നു.

സ്ത്രീ പുരുഷദ്വന്ദത്തിൽ പുരുഷനെമാത്രം അധികാരിയും ശത്രുവുമായി നിർവചിക്കേണ്ടതുണ്ടോ? ചൂഷണം അനുഭവിക്കുന്ന സ്ത്രീകളുണ്ട്, പുരുഷൻമാരുണ്ട്. അധികാരിയായിട്ടുള്ള സ്ത്രീകളുണ്ട് പുരുഷൻമാരുണ്ട്. ക്രൂരരായ സ്ത്രീകളുണ്ട്. പുരുഷൻമാരുണ്ട്. പ്രണയം കൊണ്ടും നിസ്തുല സ്നേഹം കൊണ്ടും അതിശയിപ്പിക്കുന്നവരുണ്ട്. എല്ലാ വിധത്തിലുമുള്ള വൈവിധ്യജീവിതചര്യകളും പാലിക്കുന്നവരുണ്ട്. അതിനാൽ പെണ്ണെഴുത്തിന്റെ കാർക്കശ്യത്തെക്കാൾ ജീവിതത്തിലൂടെ അന്യർക്ക് തെളിച്ചമാകാൻ

എങ്ങനെ കഴിയണം എന്ന് പഠിപ്പിക്കാനാണ് കെ. ആർ. മീര ഉദ്യമിക്കുന്നത്. ഇതിന് മാതൃകയായി സ്നേഹത്തിന്റെ അഭാവത്താൽ വെളിച്ചം നഷ്ടപ്പെടുന്നവരെ കഥാപാത്രങ്ങളായി അവർ മുന്നിലേക്ക് ആനയിക്കുന്നു. ഒരു പുരുഷന്റെ ജീവിതത്തെ മുന്നോട്ടു നയിക്കുന്ന വെളിച്ചമാണ് സ്ത്രീയെന്ന് കെ.ആർ. മീര പറഞ്ഞുവയ്ക്കുന്നു. അതിന് നിദർശനമായി ദീപ്തിയേയും പ്രകാശനേയും അവതരിപ്പിക്കുകയും ചെയ്തിരിക്കുന്നു.

കാഴ്ചയുടെ കേവലാർത്ഥത്തിൽ നിന്നു മാറി അന്ധതയെ അറിവും തിരിച്ചറിവും ആയി അവതരിപ്പിക്കുന്ന നോവലാണ് നേത്രോന്മീലനം. പരസ്പരവിനിമയം, സ്നേഹം എന്നിവ നഷ്ടമാകുന്നതാണ് അന്ധത എന്ന് മീര ഈ നോവലിലൂടെ പറയുന്നു. ഗർഭിണിയായ ഭാര്യയെ പെട്ടെന്നൊരു നാൾ കാണാതാവുന്ന പ്രകാശനു നഷ്ടമാകുന്നതും ഈ അനുഭൂതിയാണ്. ഈ നഷ്ടങ്ങളെ വീണ്ടെടുക്കാനും അതിനായി ഏറെ പരിശ്രമിക്കുകയും ചെയ്യുന്ന പ്രകാശന്റെയും ശ്യാമന്റെയും അവതരണം പുരുഷനെക്കുറിച്ചുള്ള സ്ത്രീയുടെ പുതിയ കാഴ്ചയാണ് വ്യക്തമാക്കുന്നത്. ഭാര്യ ദീപ്തിയുടെ കാണാതാവലോടെ നഷ്ടമാകുന്ന കാഴ്ച അയാൾക്ക് പ്രതിബന്ധമാകുന്നു. അവളെ തേടിയുള്ള അന്വേഷണത്തിനിടയിൽ അയാൾ തികച്ചും ഹതാശനായിത്തീരുന്നു.

ദീപ്തിയുടെ അഭാവം, അവ സൃഷ്ടിക്കുന്ന വിടവ് ഇവ യഥാർത്ഥ ജീവിതസായൂജ്യത്തിന് തടസമാകുന്നു. ചുരുക്കത്തിൽ പുറംകാഴ്ചയിൽ നിന്നും അകക്കാഴ്ചയിലേക്കുള്ള സഞ്ചാരമാണ് ഈ നോവൽ. സ്നേഹമാണ് യഥാർത്ഥകാഴ്ചയുടെ അടിസ്ഥാനമെന്ന തിരിച്ചറിവിലേക്ക് വായനക്കാരെ നയിക്കുക വഴി നേത്രോന്മീലനം എന്ന നോവൽ കാഴ്ച്ചയുടെ കൺതുറക്കലായി ആസ്വാദകമനസിൽ നിറയുന്നു.

ഡോ. പ്രിൻസ് മോൻ ജോസ്

കോട്ടയം ജില്ലയിലെ കാഞ്ഞിരമറ്റത്ത് ജനനം. പാലാ സെന്റ് തോമസ് കോളേജ് അസി: പ്രൊഫസർ. മലയാളത്തിലെ സാഹിത്യചരിത്രങ്ങളുടെ ചരിത്രം, മലയാളസാഹിത്യചരിത്രം വിദ്യാർത്ഥികൾക്ക്, സാഹിത്യരൂപങ്ങൾ, സൈബർ ആകാശം -സാഹിത്യവും സംസ്കാരവും, ദൃശ്യപാഠവും സാഹിത്യ പാഠവും (എഡിറ്റർ) വിനിമയത്തിന്റെ സൂക്ഷ്മ രാഷ്ട്രീയം (എഡിറ്റർ) തുടങ്ങിയവ പ്രധാനകൃതികൾ.

- മീരയുടെ നോവലുകൾ: ആഖ്യാനം, സൗന്ദര്യം, ദർശനം

ഡോ. തോമസ് സ്കറിയയുടെ മേൽനോട്ടത്തിൽ എം.ജി യൂണിവേഴ്സിറ്റിയിൽ ഗവേഷണം പൂർത്തിയാക്കി. ഇപ്പോൾ ഗവേഷണ മാർഗദർശി.

Email: princemonjose@gmail.com

പരപീഡരതിയുടെ ദുർവിശേഷങ്ങൾ

നവാസ് മണ്ണൻ

'ക്ഷിതിയിലഹഹ! മർത്ത്യജീവിതം പ്രതിജനഭിന്ന വിചിത്രമാർഗ മാം പ്രതിനവരസമാമതോർക്കുകിൽ കൃതികൾ മനുഷ്യകഥാനുഗാ യികൾ'

ലീല: കുമാരനാശാൻ

ഭിന്നങ്ങളായ മനുഷ്യജീവിതചിത്രങ്ങളെ പിന്തുടരുന്നവയാണ് സാഹിത്യ കൃതികൾ. വൈചിത്ര്യങ്ങളില്ലാത്ത രാജകഥകളും യുദ്ധ വർണ്ണനകളും ചരിത്ര പുസ്തകങ്ങളായും മാറുന്നു.

ചരിത്രമായ് മാറിയ ഒരു സംഭവത്തിന്റെ ഉള്ളടരിൽപ്പെട്ട് ജീവിതം തുലഞ്ഞുപോയ മനുഷ്യരുടെ കഥയാണ് യൂദാസിന്റെ സുവിശേഷം പറയുന്നത്. പേര് സൂചിപ്പിക്കുന്നതുപോലെ ഇതൊരു ഒറ്റുകാരന്റെ കഥയാണ്. പക്ഷേ, മുതല യൂദാസിനോട് (ദാസിനോട്) ചരിത്രത്തിലെ യൂദാസിനോട് തോന്നുന്ന ഈർഷ്യയും ദേഷ്യവും വായനക്കാരിൽ ഉണ്ടാകാൻ തരമില്ല. പകരം മമതയും അനുകമ്പയും കൊണ്ട് ദുർവിശേഷത്തിൽ നിന്നും ആ ജീവിതം സുവിശേഷത്തിന്റെ ധന്യതയിലേക്ക് ഉയരുന്നു. കേരളത്തിന്റെ അടിയന്തരാവസ്ഥാനന്തര ചരിത്രം, പ്രത്യക്ഷമായോ പരോക്ഷമായോ അതിൽ ഇരയാക്കപ്പെട്ട മനുഷ്യരിലൂടെ പൂരിപ്പിച്ചെടുക്കാനുള്ള ശ്രമമാണ് ഒരർത്ഥത്തിൽ ഈ നോവൽ. ഒപ്പം, ക്രൂരമായ ശാരീരികപീഡനങ്ങളാൽ ആഘാതമേൽക്കേണ്ടി വരുന്ന മനുഷ്യമനസ്സുകളെ മനഃശാസ്ത്രപരമായി വിശകലനം ചെയ്യാനും ഈ നോവൽ ഉദ്യമിക്കുന്നുണ്ട്. മനുഷ്യന്റെ ഉള്ളിലെ പരപീഡരതിയും, ഭരണകൂടത്തിന്റെ ചട്ടുകങ്ങളായി മറുന്ന പോലീസിന്റെ നിസ്സഹായതയും, കയ്പ്പുള്ള ഭൂതകാലവും കുറ്റബോധവും ചേർന്ന് ചുഴറ്റിയെറിയുന്ന നിരാലംബ ജീവിതങ്ങളും ഈ നോവലിന്റെ അടിയൊഴുക്കുകളാണ്.

'എത്ര ശരീരങ്ങൾ
കത്തിയ
വെളിച്ചത്തിരുന്നാണ്
നാം തർക്കിക്കുന്നത്?
വായിക്കുന്നത്?
സഞ്ചരിക്കുന്നത്?'

പൂർവ്വികം : കൽപ്പറ്റ നാരായണൻ -

പൂർവ്വിക ജീവിതങ്ങളെക്കുറിച്ചുള്ള കെടാത്ത ഓർമ്മകളാണ് യൂദാസിന്റെ സുവിശേഷത്തിന്റെയും ഇന്ധനം. എന്നാൽ ഓർമ്മിക്കുന്ന മനുഷ്യരെ മുഴുവൻ അത് ചുട്ടുപൊള്ളിക്കകയും പുകച്ച് നീറ്റുകയും ചെയ്യുന്നു എന്നതാണ് വൈരുദ്ധ്യം. ഈ വൈരുദ്ധ്യം ഏറ്റുവാങ്ങേണ്ടത് ആ കഥാപാത്രങ്ങളുടെ മാത്രം വിധിയല്ല, വായനക്കാരന്റേതു കൂടിയാകുന്നു.

കക്കയം പോലീസ് ക്യാമ്പിൽ വെച്ച് ഏൽക്കേണ്ടി വന്ന അതിക്രൂരമായ ടോർച്ചറിങ്ങിനൊടുവിൽ സുനന്ദയെന്ന സഹപ്രവർത്തകയുടെ പേര് ഒറ്റുകൊടുക്കേണ്ടി വന്ന ദാസിലൂടെയാണ് പശ്ചാത്താപത്തിന്റെയും കുമ്പസാരത്തിന്റെയും ഈ കഥ തെളിഞ്ഞ് വരുന്നത്. പോലീസിന്റെ ഉരുട്ടലിനു മുന്നിൽ പിടിച്ചു നിൽക്കാനാകാതെ സ്നേഹിതയുടെ പേര് പറയേണ്ടി വന്നതിലെ കുറ്റബോധം അയാളുടെ ജീവിതത്തെ തകർത്തുകളയുന്നു. കഠിനമായ പീഡനമുറകളേറ്റുവാങ്ങി കൊല്ലപ്പെട്ട സുനന്ദയുടേയും മറ്റൊരു നക്സൽ സുഹൃത്തിന്റേയും ശരീരങ്ങളെ കയത്തിന്റെ അഗാധതയിലേക്കെറിയാൻ പോലീസ് ചുമതലപ്പെടുത്തിയതും ദാസിനെ തന്നെയായിരുന്നു. തിക്തമായ ഈ ഭൂതകാലമാണ് കായൽ പരിപ്പിൽ പൊന്തുന്ന അജ്ഞാതങ്ങളായ ശവങ്ങളെ മുങ്ങിയെടുത്ത്, കായലിന്റെ നനവുള്ള ഓരത്ത് കുടിലുകെട്ടി ഒറ്റയായി ജീവിക്കാൻ ദാസിനെ പ്രേരിപ്പിച്ചത്. ഒരിടത്തും സ്വസ്ഥതയില്ലാതെ അയാൾ അലഞ്ഞുകൊണ്ടേയിരിക്കുന്നു. കായൽ പോലെ അയാൾക്ക് കെട്ടിക്കിടക്കാനാകുന്നില്ല, പുഴപോലെ ഒഴുകേണ്ടി വരുന്നു. ദാസിൽ തന്റെ വിമോചകനായ വിപ്ലവകാരിയെ കണ്ടെത്താൻ ശ്രമിക്കുന്ന പ്രേമ, അടിയന്തരാവസ്ഥക്കാലത്തെ പോലീസിന്റെ നക്സൽ വേട്ടയുടെ നിഗൂഢചരിത്രത്തെയും അതിന്റെ ഫലങ്ങൾ പേറുന്ന മനുഷ്യരുടെ വർത്തമാനത്തേയും വിളക്കിച്ചേർക്കുന്ന കണ്ണിയാണ്.

കക്കയം ക്യാമ്പിലുണ്ടായിരുന്ന പോലിസുകാരിൽ ഒരാളുടെ മകളാണ് പ്രേമ. പ്രേമയാണ് കക്കയം ക്യാമ്പിന്റെ ജീവിക്കുന്ന

രക്തസാക്ഷികളിൽ ഒരാളായ യൂദാസിന്റെ ജീവിതത്തെ നോവലിൽ ആഖ്യാനം ചെയ്യുന്നത്. കായലിൽ മുങ്ങിമരിക്കുന്നവരുടെ ശവങ്ങൾ മുങ്ങിയെടുക്കലാണ് മുതല യൂദാസെന്നെ യൂദാസിന്റെ തൊഴിൽ. ശവങ്ങൾ കരയ്ക്കടുപ്പിച്ച് കഴിഞ്ഞാൽ അയാൾ ചാരായഷാപ്പിലേക്ക് പോയി മൂക്കറ്റം മദ്യപിച്ച് പൂർണ്ണ ബോധത്തോടെ കുന്നിൽ ചെരുവിലെ ജനാകളില്ലാത്ത ശവപ്പെട്ടി പോലുള്ള അയാളുടെ കുടിലിലേക്ക് മടങ്ങുകയും. ഉച്ചനേരങ്ങളിൽ അയാൾ ഗ്രാമത്തിലെ ആൺകുട്ടികൾക്ക് രതിതന്ത്രത്തെക്കുറിച്ച് ക്ലാസെടുക്കുകയും ചെയ്തു.

വെളുത്തു വിളറിയ ശവശരീരങ്ങളെ പൊങ്ങുതടിപോലെ വഹിച്ച് കരയിലെത്തിച്ച ശേഷം കടവിലെ അലക്കുകല്ലിലിരുന്ന് അയാൾ കഞ്ചാവുബീഡി വലിച്ചു. കമിഴ്ന്ന് കിടക്കുന്ന ശവത്തിന്റെ മുഖം കാലുകൊണ്ട് മറിച്ചിട്ട ശേഷം അയാൾ ഓരോ തവണയും പോലീസിനെ വെല്ലുവിളിച്ചു. 'കൊന്നതു ഞാനാ...ഈ ശവം എന്റെ പേരിലെഴുതിക്കോ. വിപ്ലവം ജയിക്കുമെടാ പട്ടികളേ, നക്സൽബാരി സിന്ദാബാദ്. ചുണയുണ്ടെങ്കിൽ അറസ്റ്റ് ചെയ്യെടാ.'

ഗതകാലത്തിന്റെ ഗതികേടുകൾ മുഴുവൻ അയാളിൽ നിന്നും തെറി വാക്കുകളായ് പുറത്ത് വന്നു. പക്ഷേ, പോലിസോ നാട്ടുകാരോ ആ വാക്കുകളെ ഗൗനിച്ചതേയില്ല. വെളിവില്ലാത്തവന്റെ ജല്പനങ്ങളായി അവ അവഗണിക്കപ്പെട്ടു.

പക്ഷേ, സ്വന്തം വീട്ടിലെ അടിയന്താവസ്ഥയിൽ പൊറുതിമുട്ടിയ പ്രേമയ്ക്ക് ആ വാക്കുകൾ ഗൗരവപ്പെട്ടതായിരുന്നു. വീട്ടിലും പോലീസ് രാജ് നടപ്പിലാക്കിയ ഒരച്ഛന്റെ നിയന്ത്രണങ്ങളിൽ നിന്നും വിമോചനം സാധ്യമാക്കുന്ന ഒരു നക്സലിനെ അവൾ സ്വപ്നം കണ്ട് കഴിയുകയായിരുന്നു. ചിരിക്കാനോ മറ്റു കുട്ടികൾക്കൊപ്പം കളിക്കാനോ അനുവാദമില്ലാത്ത ഒരു ബാല്യകാലവും നാവടക്കൂ, പണിയെടുക്കൂ തുടങ്ങിയ കല്പനകൾ കണ്ണുരുട്ടുന്ന വർത്തമാനകാലവും അവളിലും ഒരു വിപ്ലവകാരിയുടെ വിത്ത് വിതച്ചിരുന്നു. വീട് അവളെ ശ്വാസം മുട്ടിക്കുന്ന ഒരു ഫാസിസ്റ്റ് രാജ്യം പോലെയായിരുന്നു. പ്രേമത്തിന്റെ ഹോർമോണുകൾ കൊണ്ട് വീടെന്ന ഫാസിസ്റ്റ് ഭരണകൂടത്തെ അവൾ വെല്ലുവിളിക്കാൻ തയ്യാറാവുകയാണ്. പ്രേമിക്കാൻ ഒരു നക്സൽ വിപ്ലവകാരിയിൽ കുറഞ്ഞ ഒരാളെയും അവൾക്ക് സങ്കൽപ്പിക്കാൻ ആകുമായിരുന്നില്ല. അങ്ങനെയാണ് മുതല യൂദാസും പ്രേമയും നോവലിൽ ഒരുമിച്ച് ഒഴുകിത്തുടങ്ങുന്നത്. സത്യത്തിൽ ഒരുമിച്ചല്ല, ഒളിച്ചോടുന്ന

യൂദാസിനെ പിന്തുടർന്ന് പിടിക്കുന്ന ഒരാളായി പ്രേമ മാറുകയാണ് ചെയ്യുന്നത്.

നോവൽ പ്രവേശികയിൽ പറയുന്നതു പോലെ, ഇതൊരു പ്രേമകഥയോ വിപ്ലവകഥയോ അല്ല. മത്സ്യങ്ങൾ കൊത്തിവലിച്ച ശവങ്ങളുടെ മുഖം പോലെ ഹൃദയസ്തംഭനമുണ്ടാക്കുന്ന പീഡാനുഭവത്തിന്റെ സാക്ഷ്യപ്പെടുത്തലും ചരിത്രം മനുഷ്യനിൽ പ്രവർത്തിക്കുന്നതെങ്ങനെ എന്നതിന്റെ വളച്ചുകെട്ടില്ലാത്ത ആവിഷ്കാരവുമാണ് ഈ ആഖ്യായിക.

വിരുദ്ധങ്ങളായ മനോഭാവത്തോടെ ജീവിതത്തെ അഭിമുഖീകരിക്കുന്നവരാണ് ദാസ് എന്ന യൂദാസും പ്രേമയും. കക്കയം ക്യാമ്പിലെ പോലീസിന്റെ ഉരുട്ടലിൽ പിടിച്ചു നിൽക്കാനാകാതെ കൂട്ടുകാരുടെ പേരുകൾ പറഞ്ഞുപോയതിന്റെ പശ്ചാത്താപഭാരവും പേറി അരാജകപൂർണ്ണമായ ഒരു ജീവിതത്തെ തിരഞ്ഞെടുത്ത് അജ്ഞാതജീവിതത്തെ പുൽകിയ ആളാണ് ദാസ് എന്ന മുതല യൂദാസ്. താൻ ഒറ്റുകൊടുത്ത സുഹൃത്തുക്കൾ പോലീസിനാൽ ക്രൂരമായി പീഡപ്പിക്കപ്പെടുന്നതിനും കൊല്ലപ്പെടുന്നതിനും സാക്ഷിയാകേണ്ടി വന്നതിലെ കുറ്റബോധം മാത്രമാണ് അയാളെ ഭരിക്കുന്നത്. ആ മെന്റൽ ട്രോമ അയാളുടെ ജീവിതത്തെ തകർത്ത് തരിപ്പണമാക്കിക്കളയുന്നു. എന്നാൽ പ്രേമ എന്ന കഥാപത്രം, കടുത്ത നിയന്ത്രണങ്ങളാൽ ഒരു ഫ്യൂഡൽ നാലുകെട്ടിന്റെ ചുമരുകളിൽ തളയ്ക്കപ്പെട്ട യുവതിയാണ്. അവിടെ അവളും ഒരു വസന്തത്തിന്റെ ഇടിമുഴക്കം സ്വപ്നം കാണുന്നുണ്ട്. ഒരു നക്സലേറ്റുമായുള്ള പ്രണയമാണ് വീടിന്റെ അടിയന്തരാവസ്ഥയിൽ നിന്നും പുറത്തുചാടാനുള്ള മാർഗമെന്ന് അവൾ കരുതുന്നു. അവളുടെ വിദൂര സ്വപ്നങ്ങളിൽ പോലും ഉണ്ടായിരുന്നില്ലെങ്കിലും യൂദാസ് എന്ന മനുഷ്യൻ ആ സ്പേയ്സിലാണ് പ്രതിഷ്ഠിക്കപ്പെടുന്നത്. പശ്ചാത്താപ ബോധത്തിൽ നിന്നുള്ള പ്രായശ്ചിത്തമാണ് ഒരാളുടെ ജീവിതമെങ്കിൽ വിപ്ലവ ബോധത്തിൽ നിന്നുള്ള പ്രതിഷേധമാണ് മറ്റൊരാളുടെ ജീവിതത്തെ നയിക്കുന്നത്. താൻ ഒരൊറ്റുകാരനാണ് എന്ന തിരിച്ചറിവ് ഒരാളുടെ ജീവിതത്തെ എപ്രകാരമാണ് വേട്ടയാടുന്നതെന്ന് യൂദാസിന്റെ ജീവിതം വെളിവാക്കുന്നു. അയാൾക്ക് ഒരിക്കലും ഉറക്കം വരികയോ വിശപ്പടങ്ങുകയോ ദാഹം ശമിക്കുകയോ ചെയ്യുന്നില്ല. വെള്ളത്തിൽ മുങ്ങിക്കിടന്നാലും അയാളുടെ ശരീരത്തിന്റെ പുകച്ചിൽ അണയുകയോ മൂക്കറ്റം മദ്യപിച്ചാലും അയാളുടെ ബോധം മറയുകയോ ചെയ്യുന്നില്ല. ഉമിത്തീയിൽ

വെന്ത് മരണം വരിച്ച സുകുമാര കവിയെപ്പോലെ അയാളുടെ ഹൃദയം സദാ നീറിക്കൊണ്ടേയിരിക്കുന്നു.

കക്കയം ക്യാമ്പിലെ പോലീസിന്റെ ക്രൂരതകതകൾ പ്രേമയുടെ അച്ഛനിലൂടെയാണ് നോവലിൽ മറനീക്കുന്നത്. മനുഷ്യനിൽ അന്തർലീനമായി കിടക്കുന്ന മൃഗീയത അതിന്റെ എല്ലാ പരിധികളും ലംഘിച്ച് കക്കയത്ത് പ്രവർത്തിക്കുന്നുണ്ട്. അടിയന്തരാവസ്ഥയ്ക്ക് ശേഷം പോലീസ് ജോലി രാജിവെച്ച് നാട്ടിലെത്തുന്ന പ്രേമയുടെ അച്ഛന് ഭാര്യയെയും മക്കളെയും ഉപദ്രവിക്കുക എന്നതായിരുന്നു പിന്നീടുള്ള വിനോദം. മക്കളുടെ കൈകാലുകൾ കൂട്ടിക്കെട്ടി അയാൾ കാല്പന്തു കളിച്ചു. പഴയ ലോക്കപ്പ് മർദ്ദനത്തിന്റെ കഥകൾ അയാൾ ആവേശത്തോടെ പറഞ്ഞുകൊണ്ടേയിരുന്നു. കക്കയത്ത് പീഡിപ്പിക്കപ്പെട്ടവരും തിരോധാനം ചെയ്യപ്പെട്ടവരുമായ ചെറുപ്പാക്കാരെല്ലാം അച്ഛന്റെ കഥകളിലൂടെ പ്രേമയ്ക്ക് സുപരിചിതരായിരുന്നു. ആ പരിചിതത്വമാണ് പ്രേമയിലൂടെ ഒരു ചരിത്ര സംഭവത്തെ പുനരാവിഷ്കരിക്കാൻ നോവലിസ്റ്റിനെ പ്രചോദിപ്പിക്കുന്നത്. ധർമ്മപുരാണത്തിന് ശേഷം ഇത്രമേൽ നരമാംസ ഭോജനം നടത്തിയ മറ്റൊരു നോവൽ മലയാളത്തിൽ ഇല്ല എന്ന് 'ഫ്രാൻസിസ് ഇട്ടിക്കോരയെ' കുറിച്ച് ആശാമേനോൻ അവതാരികയിൽ അഭിപ്രായപ്പെടുന്നുണ്ട്. ലോഹമുള്ളുകൾ കൊണ്ടുണ്ടാക്കിയ പീഡന കസേരയിൽ ഇരുത്തി തൊലിയും മാംസവും പറിച്ചെടുക്കുന്ന അതിക്രൂരമായ പോലീസ് ടോർച്ചറിങ്ങുകളെ കുറിച്ചും മനുഷ്യമാംസം വിഭവമായി വിളമ്പുന്ന കാനിബാൾഫീസ്റ്റുകളെ കുറിച്ചും ഈ നോവലിൽ വർണ്ണിക്കുന്നുമുണ്ട്. അഫ്ഗാൻ, ഇസ്രയേൽ രാജ്യങ്ങളിലെ തടവറകളിൽ നടക്കുന്ന മനുഷ്യത്വരഹിതമായ ക്രൂരതകളുടെ ചിത്രം 'യാ ഇലാഹി ടൈംസ്' എന്ന നോവലിലും കാണാം. പോലീസ് പീഡനങ്ങളുടെയും ലോക്കപ്പ് മരണങ്ങളുടെയും വാർത്തകൾ ആധുനിക കാലത്തും തുടരുന്നുണ്ടെങ്കിലും കേരളത്തിലെ പോലീസ് പീഡനങ്ങളുടെ ചരിത്രത്തിൽ മാഞ്ഞുപോകാത്ത ഒരു മുറിപ്പാടായ് അവശേഷിക്കുന്ന ഒന്നാണ് കക്കയം പോലീസ് ക്യാമ്പും രാജൻ തിരോധാനവും. മറ്റൊന്ന് ഇരുപത്തിയൊൻപത് വർഷങ്ങൾക്ക് ശേഷം പോലീസിനാൽ കുമ്പസരിക്കപ്പെട്ട നക്സൽ വർഗ്ഗീസിന്റെ ആസൂത്രിത കൊലപാതകമാണ്.

കക്കയം ക്യാമ്പിലെ പോലീസിന്റെ പീഡനമുറകളെ നോവലിൽ പലമട്ടിൽ ചിത്രീകരിക്കുന്നുണ്ട്. ഭരണകൂട ഭീകരതയ്ക്കപ്പുറം മനുഷ്യന്റെ ഉള്ളിലെ പ്രാകൃതചോദനകൾ അപ്രതിരോധ്യമാം വിധം

അവനെ കീഴ്പ്പെടുത്തുന്നതിന്റെ ചിത്രം കൂടിയാണ് ഈ വർണ്ണനകൾ. താൻ ലോക്കപ്പലിട്ട് കൊന്നവരുടെ കഥകൾ പറയുമ്പോൾ മീൻകറി നാവിൽ വെച്ചതുപോലെ 'ശ്ശ്' എന്ന് സീൽക്കാരം പുറപ്പെടുവിക്കുന്ന പ്രേമയുടെ അച്ഛനിൽ തുടങ്ങുന്നുണ്ട് വേട്ടക്കാരന്റെ ആനന്ദവും ഇരയുടെ ദൈന്യതയും. പന്നക്കഴുവേർടെമോളേ എന്ന് ഗർജ്ജിച്ചും വീട്ടിൽ ചന്ദനത്തിരികൾ കത്തിച്ചു വെച്ചും അയാൾ പ്രേമയുടെയും സഹോദരങ്ങളുടെയും മുകളിൽ തന്റെ സഹജമായ സാഡിസം പ്രയോഗിക്കുന്നുണ്ട്. കക്കയം ക്യാമ്പിലെ ആയുധവും അധികാരവും ഉള്ള ഗോത്രമൂപ്പൻ തന്നെയാണ് അയാളവിടെ. പീഡിപ്പിക്കുന്നതിൽ ആനന്ദം കണ്ടെത്തുന്ന ഒരാണത്തം അയാളിൽ പ്രവർത്തിച്ചു കൊണ്ടേയിരിക്കുന്നു.

ഉരുട്ടലിന് ശേഷം ക്യാമ്പിനുള്ളിൽ നിറഞ്ഞു നിൽക്കുന്ന ചീഞ്ഞ മനുഷ്യ മാംസത്തിന്റെ ഗന്ധം മറയ്ക്കാനാണ് ക്യാമ്പിനുള്ളിൽ ചന്ദനത്തിരികൾ പുകച്ചിരുന്നത്. ആ ഗന്ധം പ്രേമയുടെ അച്ഛനെ ഉന്മേഷഭരിതനാക്കിയിരുന്നു. ഓർമ്മകളിലെ ഗന്ധം പോലും മനുഷ്യന്റെ വൈകാരികാവസ്ഥകളെ സ്വാധീനിക്കുന്നതെങ്ങനെയെന്ന് ഈ ഭാഗം വ്യക്തമാക്കുന്നുണ്ട്. പ്രേമയുടെ അച്ഛന് ആ ഗന്ധം ആവേശം നിറയ്ക്കുന്ന ഒരു വെടിമരുന്നാണെങ്കിൽ പ്രേമയ്ക്ക് അതങ്ങേയറ്റം അരോചകമായൊരനുഭവമാണ്. കക്കയം ക്യാമ്പ് നിർത്തലാക്കിയതിൽ സങ്കടപ്പെട്ടാണ് അയാൾ ജോലി രാജിവെച്ച് വീട്ടിലേക്ക് വരുന്നത്. മറ്റുള്ളരെ പീഡിപ്പിക്കാനുള്ള അധികാരമില്ലാതെ, ഇരയുടെ നിസ്സഹായമായ ഞരക്കങ്ങൾ കേൾക്കാതെ അയാൾക്ക് ജീവിക്കാനാകില്ലായിരുന്നു. ക്യാമ്പിൽ ഒരു മർദ്ദകനായി വിലസിയ ശേഷം ഒരു സാധാരണ പോലീസ് കോൺസ്റ്റബിളായി സ്റ്റേഷനിൽ ജോലി ചെയ്യേണ്ടിവരുന്നത് കടുവ പൂച്ചയായിത്തീരുന്നത് പോലെ നികൃഷ്ടമാണെന്ന് അയാൾ കരുതി. കക്കയം ക്യാമ്പിൽ താൻ നടത്തിയ വീരകൃത്യങ്ങളുടെ അഭിമാനത്തിലും ഓർമ്മയിലുമാണ് അയാൾ ജീവിച്ചത്. പോലീസെന്നും കാക്കിയെന്നും കേട്ടാൽ ശരീരത്തിൽ ആവേശത്തിന്റെ വിറകയറിയിരുന്ന ഒരു മനുഷ്യൻ. എല്ലാ അർത്ഥത്തിലും ദുരധികാരത്തിന്റെയും പരപീഡരതിയുടെയും ഉടൽരൂപം. ക്യാമ്പിന്റെ തുടർച്ചയായിരുന്നു അയാൾക്ക് വീട്. കുറ്റാരോപിതർക്ക് പകരക്കാരായിരുന്നു മക്കളും ഭാര്യയും.

അയാളുടെ ഭാഷയിൽ പറഞ്ഞാൽ

'ജോലി ചെയ്യുന്നെങ്കിൽ പോലീസിൽ ചെയ്യണം ... ആളുകളെ

ഇടിക്കണം... ഉരുട്ടണം... ഹോ. ഉരുട്ടൽ... അതാണ് ജോലി.... ഉരുട്ടുന്നത് ഗോതമ്പുമാവല്ല .. ശരീരമാ... മനുഷ്യ ശരീരം.. ശരീരമെന്ന് പറയുന്നത് കുറച്ചു തൊലി, മാംസം, പിന്നെ എല്ല്... എത്ര ആണുങ്ങളുടെ എല്ലൂരിയതാണ് ഈ കൈയെന്നു നിനക്കറിയാമോ. ഉരുട്ടുമ്പോൾ ആണത്തം ഇളകിവരും. ആണുങ്ങൾ കരയും, വിയർക്കും. വിയർപ്പിന്റെ ഉപ്പ് അതിങ്ങനെ തറയിലും ശരീരത്തിലും ഉണങ്ങി മൊരിഞ്ഞിരിക്കും. തൊലി ഇളകി വരും. ചോര ചാടും. മാംസം പൊളിഞ്ഞ് തൂങ്ങും.'

അതിക്രൂരമായ പീഡനകഥകൾ അവസാനിക്കുന്നില്ല. ഒരു ദുർബല നിമിഷത്തിൽ

യൂദാസ് പ്രേമയോട് ആ അനുഭവങ്ങൾ പറയുന്നുണ്ട്. മൂത്രത്തിന്റെയോ മലത്തിന്റെയോ രക്തത്തിന്റെയോ മരണത്തിന്റെയോ മണം പരന്ന ഇരുട്ടുമുറി. അതിൽ നിന്നും സദാ ഉയർന്നു കേട്ടുകൊണ്ടിരുന്ന, ആളുകളെ അവരല്ലാതാക്കിത്തീർക്കുന്ന കരച്ചിൽ. കൂടുതൽ കരയാതെ ആ സ്നേഹിതരൊക്കെ മരിച്ചു പോയെങ്കിൽ എന്ന് ഉള്ളുകൊണ്ട് ആഗ്രഹിച്ചു പോകുന്ന ഇടം. അവിടെ വെച്ച് ശരീരം വേദനിപ്പിക്കപ്പെട്ടപ്പോഴാണ് ദാസ് അവളുടെ പേരു പറഞ്ഞുപോയത്. മുത്തുമാലയിൽ കണ്ണിചേർക്കും പോലെ ഓരോരുത്തരിൽ നിന്നും പോലീസ് മറ്റുള്ളവരിലേക്ക് എത്തി. അയാൾ ഒറ്റുകാരന്റെ പ്രതീകമായ യൂദാസായി.

നരകവേദനയിൽ തന്റെ പ്രണയിനിയായ സുനന്ദയുടെ പേര് പറഞ്ഞു പോയതാണയാൾ. പോലീസ് അവളെ ദ്രോഹിക്കുന്നത് കണ്ട് സഹിക്ക വയ്യാതെ ഒരാളെ കൂടി ഒറ്റുകൊടുക്കേണ്ടി വന്നു അയാൾക്ക്. സുനന്ദയേയും കൂടെയുണ്ടായിരുന്ന രാജനേയും പോലീസ് മർദ്ദിച്ച് കൊന്നു. അവരുടെ ജഡങ്ങൾ കയത്തിലേക്കെറിയാനുള്ള വിധിയും ദാസിന്റേതായിരുന്നു. കരയാതെ, ഒരു വാക്കുപറയാതെ കൊടിയ പീഡനങ്ങൾ ഏറ്റുവാങ്ങിയ സുനന്ദയുടെ ഭാവം ഓർമ്മകളിൽ യൂദാസിനെ വേട്ടയാടിക്കൊണ്ടേയിരിക്കുന്നു. അവളുടെ പേരു പറയേണ്ടിവന്ന ആ ശപിക്കപ്പെട്ട നിമിഷത്തെ അയാൾ പഴിച്ചുകൊണ്ടേയിരിക്കുന്നു.

ക്യാമ്പിൽ വെച്ച് സുനന്ദയേറ്റ പീഡനങ്ങളെ കുറിച്ച് അവളുടെ ചേച്ചി പ്രേമയോട് പറയുന്നതിങ്ങനെയാണ്. അവൾടെ കാലിൽ ചൂരല്കൊണ്ട് അടിച്ചു. മുറിവിൽ മുളക് പൊടിയിട്ടു. നെഞ്ചത്ത് ചവിട്ടിത്തിരുമ്മി. അവളുടെ മുലക്കണ്ണ് ചതഞ്ഞ് ഇളകിപ്പോയി. ഒരു മനുഷ്യന് അനുഭവിക്കാവുന്ന അങ്ങേയറ്റത്തെ ക്രൂരതകൾ. നോ

വലിലെ പീഡനകാണ്ഡം പിന്നെയും തുടരുന്നുണ്ട്. അത് പ്രേമയുടെ അച്ഛന്റെ മേലുദ്യോഗസ്ഥനായിരുന്ന പരമേശ്വരൻ എന്ന പോലീസുകാരനിലൂടെയാണ്. മൃഗം എന്ന് കുപ്രസിദ്ധനായ ഒരു പോലീസ് ഉദ്യോഗസ്ഥനായിരുന്നു അയാൾ. രാജൻ കേസിൽ വിചരണ നേരിടേണ്ടി വന്ന പുലിക്കോടൻ നാരായണൻ എന്ന അക്കാലത്തെ വിവാദ നായകനായ സബ് ഇൻസ്പെക്ടറുടെ പേര് മൃഗത്തിലൂടെ നോവലിസ്റ്റ് സമർത്ഥമായി വായനക്കാരെ ഓർമ്മപ്പെടുത്തുന്നുണ്ട്. അതുമുതൽ ഈ നോവൽ രാഷ്ട്രീയമാനമുള്ള ഒരാഖ്യാനം കൂടിയായി മാറുന്നു. അക്കാലത്തെ സ്റ്റേറ്റിനേയും ഭരണകൂടത്തേയും പ്രതിസ്ഥാനത്ത് നിർത്തുകയും വിമർശിക്കുകയും ചെയ്യുന്നുണ്ട് യൂദാസിന്റെ സുവിശേഷം. ദാസിനെ മർദ്ദിച്ചതിന്റെ കഥകൾ വിങ്ങിപ്പൊട്ടിയിരുന്നാണ് മൃഗത്തിൽ നിന്നും പ്രേമ കേൾക്കുന്നത്.

ഞാനവനെ മദ്യം കഴിപ്പിച്ചു. വെള്ളത്തിൽ മുക്കി. ശരീരം പൊള്ളിച്ചു. വയറു നിറയെ ഭക്ഷണം കൊടുത്തു. ഛർദ്ദിപ്പിച്ചു. അവന്റെ നാഭിയിൽ ചവണയിട്ടു പിടിച്ച്, മലദ്വാരത്തിൽ ലാത്തി കയറ്റി. അയാളുടെ ചെയ്തികൾ കേട്ടിരിക്കാവുന്നവ കൂടിയായിരുന്നില്ല.

തടവുകാരെ കൊണ്ട് സ്വന്തം മൂത്രം കുടിപ്പിക്കുകയും പുരുഷന്മാരുടെ ജനനേന്ദ്രിയത്തിൽ മൊട്ടുസൂചി കുത്തിക്കയറ്റുകയും സ്ത്രീകളുടെ ഗർഭപാത്രത്തിൽ ലാത്തി കുത്തിക്കയറ്റുകയും ചെയ്തത് തന്റെ മുന്നിൽ ഇപ്പോൾ വൃദ്ധനും ഏകാകിയുമായിരിക്കുന്ന പഴയ മൃഗമാണെന്ന് പ്രേമയ്ക്ക് വിശ്വസിക്കാനേ കഴിയിഞ്ഞിരുന്നില്ല.

സർവ്വീസ് കാലത്തെ തന്റെ ക്രൂരതകളെ ന്യായീകരിച്ച് കൊണ്ട് പരമേശ്വരൻ എന്ന പഴയ സബ് ഇൻസ്പെക്ടർ പറയുന്ന വാക്കുകളാണ് ഈ നോവലിന്റെ പാഠങ്ങളിൽ ഒന്ന്.

'ഭരണകൂടം ഒരു വലിയ യന്ത്രമാണ് കുട്ടീ. പോലീസ് എന്നത് അതിന്റെയൊരു നട്ട് അല്ലെങ്കിൽ ബോൾട്ട് മാത്രമാണ്. ഞങ്ങൾ ചട്ടുകങ്ങൾ മാത്രമായിരുന്നു. സ്റ്റേറ്റിന്റെ ചട്ടുകങ്ങൾ. ......

ഇന്നലെ ഞാൻ ഇരുന്ന സ്ഥാനത്ത് പുതിയ പുതിയ ആളുകൾ വന്നുകൊണ്ടേയിരിക്കും... എനിക്കൊരു പശ്ചാത്താപവും തോന്നുന്നില്ല. ഇതൊരു കർമ്മ പരമ്പരയാണ്. ഇനിയും ഞാൻ സർവ്വീസിൽ കയറിയാൽ അതു തന്നെ ചെയ്തെന്നിരിക്കും. ഞാൻ എന്റെ തൊഴിലിനോട് നന്ദി കാട്ടി. സ്റ്റേറ്റിനെ വെല്ലുവിളിച്ചവരെയെല്ലാം ഞാൻ കടയോടെ പറിച്ചു... ഞാൻ ചട്ടുകമായിരുന്നു.'

അടിയന്തരാവസ്ഥയും കക്കയം ക്യാമ്പിൽ വെച്ച് കൊല്ലപ്പെട്ട പി. രാജന്റെ ഓർമ്മകളും ഈച്ചരവാര്യർ എന്ന അച്ഛന്റെ നിയമ പോരാട്ടങ്ങളും അന്നത്തെ അഭ്യന്തര മന്ത്രിയായിരുന്ന കെ.കരുണാകരൻ രാജിവെക്കാൻ ഇടയായ സംഭവങ്ങളും ജയറാം പടിക്കൽ, പുലിക്കോടൻ നാരായണൻ തുടങ്ങിയ പോലീസ് ഉദ്യോഗസ്ഥരുടെ പേരുകളുമെല്ലാം നോവലിന്റെ ആറാം അധ്യായം വായനക്കാരിലേക്ക് സ്വാഭാവികമായി കൊണ്ടുവരും. ഭരണകൂടമാണ് യഥാർത്ഥ പ്രതികൾ എന്ന നോവലിലെ ശക്തമായ ആരോപണം അക്കാലത്തേക്ക് മാത്രമുള്ളതല്ല ഇക്കാലത്തേക്ക് കൂടിയുള്ളതാണ്. വൈരുദ്ധ്യമായി തോന്നുന്ന മറ്റൊരു വസ്തുത, നോവലിൽ പീഡനങ്ങളുടെ ഉറവിടങ്ങളായി ചിത്രീകരിക്കപ്പെട്ട രണ്ട് പോലീസ് ഉദ്യോഗസ്ഥരും ഇന്ന് എല്ലാ അർത്ഥത്തിലും അവശരാണെങ്കിലും തങ്ങളുടെ കക്കയം ക്യാമ്പ് ജീവിതത്തിന്റെ ഓർമ്മകളിൽ അവർ ആവേശപൂർവ്വം അഭിരമിക്കുന്നു എന്നതാണ്. തെല്ലും കുറ്റബോധമില്ലാതെ ചെയ്തതെല്ലാം ശരിയാണെന്ന് ഉറച്ച് വിശ്വസിച്ച് ആ ക്രൂരതകൾ സന്തോഷത്തോട അയവിറക്കാൻ അവരെ പ്രാപ്തരാക്കുന്ന മനോഭാവം മനുഷ്യനിലെ മൃഗമെന്ന മറുപുറത്തെ ഓർമ്മിപ്പിക്കുന്നതാണ്. സവിശേഷമായി ചിന്തിക്കാൻ ശേഷിയുള്ള മൃഗം തന്നെയാണ് മനുഷ്യൻ എന്ന വാദത്തെയും പരപീഡരതിയുടെ പ്രാക്ചോദനയേയും ഈ നോവൽ ശരിവെക്കുന്നുണ്ട്.

അടിയന്തരാവസ്ഥയും കക്കയം പോലീസ് ക്യാമ്പും ജന്മം കൊടുത്ത ജീവിതപാത്രങ്ങളാണ് യൂദാസും പ്രേമയും. ഒരാൾ അവയുടെ തിക്താനുഭവങ്ങൾ നേരിട്ടും മറ്റേയാൾ അതിന്റെ തുടർച്ചയേയും അഭിമുഖീകരിച്ചവർ. കാമുകിയേയും സുഹൃത്തിനേയും ഒറ്റുകൊടുത്തു എന്ന പാപബോധവും പേറി അസ്വസ്ഥനായി അലയുന്ന യൂദാസ് അടിയന്തരാവസ്ഥയുടെ മുറിപ്പാട് പേറുന്ന ദയനീയ ജന്മമാണ്. അച്ഛനിൽ നിന്നും കേട്ട കക്കയം ക്യാമ്പിലെ പീഡനകഥൾ പ്രേമയിൽ നക്സലിസത്തോട് അനുകൂലമ മനോഭാവമാണ് സൃഷ്ടിക്കുന്നത്. പോലീസ് ടോർച്ചറിങ്ങ് ഏറ്റുവാങ്ങിയവരും കൊല്ലപ്പെട്ടവരുമായ വിപ്ലവകാരികളോട് അനുകമ്പയും ആരാധനയും പുലർത്തുന്നവളാണ് പ്രേമ. ആ അനുതാപം മാത്രമല്ല പ്രേമയെ ദാസിനോട് അടുപ്പിക്കുന്നത്. അച്ഛനാൽ ഒരു ഫാസിസ്റ്റ് രാജ്യമാക്കി മാറ്റപ്പെട്ട തന്റെ നാലുകെട്ടിന്റെ കെട്ടുകളിൽ നിന്നും പുറത്തു കടക്കാനുള്ള മാർഗ്ഗങ്ങളിൽ ഒന്നുകൂടിയായിരുന്നു പ്രേമയ്ക്ക് ദാസിനോടുള്ള അടുപ്പം. ആ അടുപ്പത്തെ പ്രണയമെന്ന് വിളിച്ച്

ചെറുതാക്കാനാകില്ല. പ്രേമയുടെ നാട്ടിലെ കായൽതീരത്ത് ശവങ്ങൾ മുങ്ങിയെടുക്കുന്ന കർമ്മവുമായി കഴിഞ്ഞ യൂദാസിനെ ആദ്യം തിരിച്ചറിയുന്നത് പ്രേമയുടെ അച്ഛനാണ്. അയാൾക്ക് ആ മുഖം മറക്കാനാകില്ലല്ലോ. പീഡനം ഏറ്റുവാങ്ങിയ ആളേക്കാൾ പീഡിപ്പിച്ചയാളിൽ ആ ഓർമ്മ നിലനിൽക്കുന്ന സവിശേഷ ഇടത്തിന്റെ പേരാണല്ലോ കക്കയം ക്യാമ്പ്. താൻ തിരിച്ചറിയപ്പെട്ടു എന്ന് മനസ്സിലാക്കിയ അന്നു രാത്രിതന്നെ ദാസ് ആ ഗ്രാമം വിട്ടു പോവുകയും ചെയ്യുന്നുണ്ട്.

ആ തിരിച്ചറിവിന് മുമ്പ് ഒരുനാൾ പ്രേമ, ദാസിനെ കാണാൻ പോയിരുന്നു. അച്ഛന്റെ അനന്തരവനായ ബാലുവിന് രതിതന്ത്രങ്ങൾ പറഞ്ഞ് കൊടുത്തതിനെ ചോദ്യം ചെയ്യാനായിരുന്നു ആ പോക്ക്. മണ്ണും ചരലും ചേർത്തു കുഴച്ചുണ്ടാക്കിയ കുടിലിന്റെ മഞ്ഞിച്ച നിലത്തുകിടന്ന് കരയുകയായിരുന്ന അയാൾ അവൾക്കപ്പോൾ ഒരത്ഭുതമായിരുന്നു. കോപിക്കുകയും ശകാരിക്കുകയും ചെയ്തെങ്കിലും 'നക്സൽ ബാരി സിന്ദാബാദ്' എന്ന പ്രേമയുടെ മുദ്രാവാക്യത്തിനു മുന്നിൽ അയാൾ കള്ളിവെളിച്ചത്തായവനെപ്പോലെ വിളറുന്നു. തന്നെയും കായലിൽ നിന്നും ശവങ്ങൾ മുങ്ങിയെടുക്കാൻ പഠിപ്പിക്കണം എന്നതായിരുന്നു പ്രേമയുടെ ആവശ്യം. അത് അംഗീകരിക്കാത്ത അയാളെ വെല്ലുവിളിച്ച് കൊണ്ട് പ്രേമ കായലിന്റെ ആഴങ്ങളിലേക്ക് ഇറങ്ങിപ്പോകുന്നു. കായലിന്റെ അടിത്തട്ടിലേക്ക് മുങ്ങിപ്പോയ അവളെ അയാൾ രക്ഷിച്ചെടുക്കുന്നു. ഉണർച്ചയിൽ പ്രേമ തനിക്ക് ദാസിനോടുള്ള അഭിനിവേശം തുറന്നുപറയുകയാണ്. താൻ ഇതുവരെ കണ്ടതിൽ വെച്ച് വ്യത്യസ്തനായ ഒരു മനുഷ്യനായിട്ടാണ് ദാസിനെ അവൾ മനസ്സിലാക്കുന്നത്. തന്നെ സ്നേഹിക്കാനും ഉമ്മ വെക്കാനും ആവശ്യപ്പെടുന്ന പ്രേമയോട് വീട്ടിൽ പോകാനാണ് അയാൾ കെഞ്ചുന്നത്. അയാളുടെ നെഞ്ചിലേക്ക് തലചായ്ക്കുന്ന പ്രേമയോട് 'എന്നെ തൊടരുത്, എന്നെ സ്നേഹിക്കരുത്... പ്രേമേ നിനക്കെന്നെ അറിഞ്ഞുകൂടാ... എന്റെ കയ്യിൽ ചോരയുണ്ട് ...' എന്നയാൾ നിരുത്സാഹപ്പെടുത്തുകയാണ്. പക്ഷേ, നിങ്ങൾ എന്റെ നക്സലൈറ്റാണെന്നും എന്നെ രക്ഷിക്കണമെന്നുമാണ് പ്രേമയുടെ അഭ്യർത്ഥന. നമുക്ക് ഒളിച്ചോടാം എന്ന് പറയുന്ന അവളോട് എന്നെ സ്നേഹിക്കല്ലേ ഞാൻ പാപിയാണ് എന്നാണയാൾ വീണ്ടും യാചിക്കുകയാണ്. എന്നാൽ അതു ചെവികൊള്ളാൻ പ്രേമ തയ്യാറായിരുന്നില്ല. ഞാൻ സ്നേഹിക്കും എന്നതു തന്നെയാണ് അവളുടെ ശാഠ്യം. ദാസിന്റെ കവിളിൽ

ഏറ്റവും സൗമ്യമായ ഒരു ചുംബനം അർപ്പിച്ച് അയാളുടെ കുടിലിൽ നിന്നും ഇറങ്ങുമ്പോൾ ഞാനിനിയും വരും എന്ന ഓർമ്മപ്പെടുത്തലാണ് പ്രേമ നടത്തുന്നത്. അടിയന്തരാവസ്ഥയ്ക്ക് സമാനമായ ജീവിതത്തിൽ നിന്നുമുള്ള തന്റെ രക്ഷാമാർഗമായി കരുതുന്ന ദാസെന്ന പഴയ നക്സൽ പ്രവർത്തകനോട് പ്രേമയ്ക്ക് തോന്നുന്ന സ്നേഹാധിക്യത്തെ അയാളോടവൾക്ക് മത്സ്യത്തിന് ജലത്തോട് തോന്നുന്ന വ്യഗ്രത തോന്നി എന്നാണ് നോവലിസ്റ്റ് പറയുന്നത്. പാപബോധത്താൽ കുതറിയോടുന്ന ഒരാളും അയാളിൽ തന്റെ രക്ഷകനെ സ്വപ്നം കണ്ട് ഒട്ടിനിൽക്കാൻ വ്യഗ്രത കാണിക്കുന്ന ഒരുവളും തമ്മിലുള്ള അന്യാദൃശമായ ഒരൊളിച്ചുകളി നോവലിൽ ഉടനീളം ഉണ്ട്. കുറ്റബോധവും, പ്രത്യാശയും, അനുതാപത്തിൽ നിന്നും ഉയിർകൊണ്ട ആരാധനയും ആ ബന്ധത്തിലെ ഉൾപ്രേരകങ്ങളായി വർത്തിക്കുന്നു.

അച്ഛന്റെ കക്കയം വർണ്ണനകളിൽ ഒരിക്കലും കടന്നുവരാത്ത ആളായിരുന്നു ദാസ്. കായൽ തീരത്ത് വെച്ച് ഇവനല്ലേ ദാസ്, പതിനാലാമത്ത വിപ്ലവകാരി എന്ന് അച്ഛൻ ചൂണ്ടിക്കാണിക്കും വരെ പ്രേമയ്ക്ക് ദാസ് അജ്ഞാതനായിരുന്നു. ഞാൻ ദാസല്ല, യൂദാസാണ് യൂദാസ്, ഒറ്റിക്കൊടുത്തവൻ എന്ന് പറഞ്ഞ് ക്ഷോഭത്തോടെ അച്ഛന്റെ അസ്ഥികൂടം പോലെയായ ശരീരം പിടിച്ചുലച്ച് പെട്ടെന്ന് സ്വയം കായലിലേക്ക് എടുത്തുചാടി ഊക്കോടെ നീന്തിപ്പോയ ദാസിനെക്കുറിച്ച് പ്രേമ തലപുകഞ്ഞ് ആലോചിക്കുന്നുണ്ട്. പോലീസ് സ്റ്റേഷൻ ആക്രമിച്ച പതിമൂന്ന് നക്സലുകളുടെ കൂട്ടത്തിൽ ദാസ് എന്ന പേര് ഉള്ളതായി അച്ഛൻ അതുവരെ പറഞ്ഞിട്ടില്ലായിരുന്നു. ചരിത്രത്തിൽ അടയാളപ്പെടാതെ പോയ ആ പതിനാലാമനെ കുറിച്ച് ഉൾപ്പുളകത്തോടെയാണ് പ്രേമ ചിന്തിക്കുന്നത്. ചിന്തിക്കുന്തോറും പ്രേമയിൽ അയാളോടുള്ള പ്രണയം അലയടിക്കുന്നുണ്ട്. അനുരാഗവും ആരാധനയും മൂത്തുമൂത്തു വരുമ്പോൾ യൂദാസ് പൊടുന്നനെ അവൾക്ക് ക്രിസ്തുവായി മാറുന്നത് കാണാം. നീണ്ട ചുവന്ന തലമുടിയും വളർന്ന താടിയും മീശയും അയാൾക്ക് ക്രിസ്തുവിന്റെ ഛായ നൽകുന്നതായി പ്രേമയ്ക്ക് തോന്നുന്നുണ്ട്. യേശുദേവൻ അനുഭവിച്ച പീഡാനുഭവങ്ങൾ ദാസിലേക്ക് കൂടി ചേർത്തുവെക്കുന്നതോടെ, മറ്റുള്ളവർക്കുവേണ്ടി ക്രൂശിക്കപ്പെട്ട ക്രിസ്തുദേവന്റെ മഹത്വത്തിലേക്ക് ദാസും നക്സൽ വിപ്ലവകാരികളും ഉയർത്തപ്പെടുന്നത് നോവലിനെ ഒരു സുവിശേഷമാക്കി മാറ്റുന്നു.

വീട്ടിലെ അസ്വസ്ഥകളിൽ നിന്നും രക്ഷപ്പെടാൻ വേണ്ടി കോഴിക്കോട്ട് പി. ജി. ഡിപ്ലോമയ്ക്ക് ചേർന്ന് പഠിക്കുമ്പോഴാണ് കല്ലായിപ്പുഴയുടെ തീരത്ത് വെച്ച് പ്രേമ ദാസിനെ വീണ്ടും കാണുന്നത്. അപ്പോഴേക്കും അവരുടെ ആദ്യ കാഴ്ച്ച നടന്നിട്ട് അഞ്ചുവർഷങ്ങൾ പിന്നിട്ടിരുന്നു.പ്രേമയുടെ അമ്മ കായലിൽ മുങ്ങി മരിക്കുകയും നാലുകെട്ട് ഒഴികെയുള്ള സ്വത്തുക്കൾ അമ്മയുടെ ജാരനായ മച്ചുനൻ സ്വന്തമാക്കുകയും ചെയ്തിരുന്നു. രണ്ടാം കണ്ടുമുട്ടലിന്റെ ആ രാത്രിയിലും സുനന്ദയെ ഒറ്റക്കൊടുത്തതിന്റെ കുറ്റബോധത്താൽ പൊട്ടിക്കരഞ്ഞ അയാളെ പ്രേമ ആശ്വസിപ്പിച്ചുറക്കുന്നുണ്ട്. സുനന്ദയുടെ ഓർമ്മകളിൽ നിന്നും മുക്തനാക്കി യൂദാസിനെ തന്റേതു മാത്രമാക്കണം, ഉണരുമ്പോൾ അയാളെ അവരൊരുമിച്ചുള്ള പുതിയൊരു ലോകത്തേക്ക് നയിക്കണം എന്ന മോഹം അവളിൽ നാമ്പെടുക്കുന്നുണ്ടെങ്കിലും വീണ്ടും അവളെ കബളിപ്പിച്ച് കടന്നുകളയുകയാണയാൾ. ഒറ്റുകാരന് ഉറങ്ങാനോ ഒരിടത്ത് ഉറച്ചു നിൽക്കാനോ കഴിയുകയില്ലെന്ന തത്ത്വം യൂദാസ് ജീവിതം കൊണ്ട് സമർത്ഥിച്ചുകൊണ്ടേയിരുന്നു.

സുനന്ദ, സംഗീത, പ്രേമ ഈ മൂന്ന് സ്ത്രീകഥാപാത്രങ്ങളിലൂടെയാണ് നോവൽ മൂന്നു കാലങ്ങളിലേക്കും സഞ്ചരിക്കുന്നത്. ദാസിന്റെയും സുനന്ദയുടെ ചേച്ചിയുടെയും ഓർമ്മകളിലാണ് സുനന്ദ എന്ന കഥാപാത്രം ജീവിക്കുന്നത്.

'കുറച്ചു പേര് ചത്താലെന്താ, ബാക്കിയുള്ളോര് സുഖായിട്ട് ജീവിക്കട്ടെയെന്ന് പറഞ്ഞിറങ്ങിപ്പുറപ്പെട്ട് അങ്ങനെത്തന്നെ മരിച്ചുപോയ ഒരുവൾ. ചേച്ചിയുടെ വാക്കിൽ പറഞ്ഞാൽ, നല്ല സുന്ദരിയായിരുന്നു. പിന്നെ വല്ലാത്ത മനക്കരുത്ത്, ദാസിന് അവളോട് വലിയ ആരാധനയായിരുന്നു. ഇഷ്ടമായിരുന്നോ, പ്രേമമായിരുന്നോ എനിക്കറിയില്ല. അവൻ വിചാരിക്കുന്നത് അവൻ കാരണം അവളെ പിടിച്ചു. അതുകാരണം കൊന്നൂന്നാണ്... അവൻ പറഞ്ഞില്ലേലും അവർ അവളെ പിടിച്ചേനെ. അത് അങ്ങനെയൊരു കാലമല്ലേ?' കക്കയം ക്യാമ്പിലെ കൊടിയപീഡനങ്ങളിലും ഒന്നു കരയുകയോ എന്തെങ്കിലും പറയുകയോ ചെയ്യാതെ മരണത്തെ വരിച്ച് കയത്തിന്റെ അഗാധതയിൽ മറഞ്ഞവൾ.

സുനന്ദയുടെ തുടർച്ച തന്നെയാണ് ചേച്ചിയുടെ മകളായ സംഗീതയിലും കണ്ടെടുക്കാനാവുക. ഗർഭിണിയായിരിക്കുമ്പോഴും വീടിനടുത്തുള്ള ഇഷ്ടികക്കളത്തിനെതിനുള്ള സമരത്തിന് നേതൃത്വം കൊടുക്കുന്നവളാണവർ. പോലീസ് ലാത്തിച്ചാർജ്ജിലേക്ക് ഗർ

ഭാവസ്ഥയും മറന്ന് ചാടിയിറങ്ങിയ സംഗീതയുടെ സാഹസികവ്യത്തിയെ പ്രേമ ശകാരിക്കുന്നുണ്ട്. അതിനവൾ കൊടുക്കുന്ന മറുപടി ഇങ്ങനെയാണ്. 'എനിക്ക് പേടിയൊന്നുമില്ല ചേച്ചീ, അപ്പൂപ്പന്റെയും സുനന്ദച്ചെറിയമ്മയുടെയും ചോരയല്ലേ ഞാനും.'

പ്രക്ഷോഭത്തിനിടെ അറസ്റ്റ് ചെയ്യപ്പെട്ട സംഗീത പോലീസ് സ്റ്റേഷനിൽ നിന്നും വിട്ടയച്ച ശേഷം സമരപ്പന്തലിലേക്ക് തന്നെയാണ് മടങ്ങുന്നത്. പക്ഷേ അവൾ അവിടെ എത്തുന്നില്ല. പിറ്റേ ദിവസം കായലിൽ നിന്നും അവളുടെ ജഡം മുങ്ങിയെടുക്കുന്നത് പ്രേമയാണ്. പോസ്റ്റ്മോർട്ടം റിപ്പോർട്ടിൽ അതൊരു കൊലപാതകമാണെന്നതിന് തെളിവുകൾ ഉണ്ടായിരുന്നു. ക്രൂരമായി പീഡിപ്പിക്കപ്പെട്ടതിന്റെ പാടുകൾ മാറിലും തുടയിലും തെളിഞ്ഞ് കിടന്നു. ചുമലിലും തലയിലും പ്രഹരമേറ്റതിന്റെ അടയാളങ്ങളുണ്ടായിരുന്നു. മുതലാളിമാരാലോ പോലീസിനാലോ വേട്ടയാടപ്പെട്ട മറ്റൊരു പോരാട്ട ജന്മം.

സംഗീതയുടെ മരണത്തിൽ നിന്നാണ് പ്രേമ എന്ന വിപ്ലവകാരി ഉരുത്തിരിഞ്ഞു വരുന്നത്. ഒരു നക്സലിനെ പ്രണയിച്ച് പുതിയൊരു ലോകത്തേക്ക് വിടുതൽ ആഗ്രഹിച്ച അവൾ സ്വയം ഒരു വിപ്ലവകാരിയായി മാറുന്നത് സംഗീതയുടെ സമരജീവിതത്തിൽ ഇടപെട്ടതോടെയാണ്. സംഗീതയുടെ മൃതദേഹം കാണാനെത്തുന്ന ഓരോരുത്തരിലും പ്രേമ ദാസിനെ തിരയുന്നുണ്ട്. സംഗീതയുടെ മരണം പ്രേമയെ മറ്റൊരാളാക്കി തീർത്തിരുന്നു. യൂദാസിന് മുന്നിൽ അവൾക്കിനി തല കുനിക്കേണ്ടി വരില്ലെന്നവൾ കരുതുന്നു. സുനന്ദയുടെ ശരീരം കയത്തിലേക്കെറിഞ്ഞതിലെ അയാളുടെ കടം അവൾ വീട്ടിയിരിക്കുന്നു. ഒരു വിപ്ലവം നടത്താനും രഹസ്യം സൂക്ഷിക്കാനും കഴിവുണ്ടെന്ന് തെളിയിച്ച തന്നെ ഇനി യൂദാസിന് അവഗണിക്കാനാകില്ലെന്ന് അവൾ കരുതുന്നു.

സമരത്തിൽ പങ്കെടുത്തതിന്റെ പേരിൽ തന്നെ മാവോയിസ്റ്റാക്കി അറസ്റ്റ് ചെയ്യപ്പെടേക്കാം എന്ന വാർത്ത പ്രേമയുടെ സിരകളെ ത്രസിപ്പിക്കുകയും രക്തത്തെ തിളപ്പിക്കുകയും ചെയ്യുന്നതായിരുന്നു. സമരക്കാർ ഒരുക്കിയ ടാക്സിയിൽ രാത്രിയിൽതന്നെ ഒളിസങ്കേതത്തിലേക്ക് യാത്രയായ അവൾ എത്തിച്ചേരുന്നത് യൂദാസിന്റെ ടാർപോളിൻ മേഞ്ഞ തകർന്ന വഞ്ചിപ്പുരയിലേക്കായിരുന്നു. ആത്മവിശ്വാസത്തോടെ തന്റെ സ്നേഹം തുറന്നു പറയുന്ന പ്രേമയെ അപ്പോഴും യൂദാസ് നിരുത്സാഹപ്പെടുത്തുകയാണ് ചെയ്യുന്നത്. തർക്കങ്ങൾക്കും വാദപ്രതിവാദങ്ങൾക്കുമൊടുവിൽ പരസ്പ

രം അവർ സഹതാപപൂർവ്വം സംസാരിച്ചു തുടങ്ങുന്ന രണ്ട് പാവം മനുഷ്യരായി മാറുന്നു. പ്രേമയുടെ സ്നേഹത്തിന്റെ കരുതലിലാണ് അയാൾ അന്നുറങ്ങുന്നത്. തന്റെ ജീവിതമാകുന്ന കായലിലേക്ക് അയാളെ കൊണ്ടു പോകാൻ അവൾ ഉണർന്നിരിക്കുന്നിടത്താണ് നോവൽ അവസാനിക്കുന്നതും. സുനന്ദയും സംഗീതയും ഭരണകൂടത്തിന്റെയും അധികാരകേന്ദ്രങ്ങളുടെയും മർദ്ദനത്തിന് ഇരയായി ജീവൻ പൊലിഞ്ഞവരാണെങ്കിൽ കൊടിയ പീഡനങ്ങളുടെ മുറിപ്പാടുകളും പേറി ജീവിക്കുന്ന ദാസിനെ മറ്റൊരു ജീവിതത്തിലേക്ക് നയിക്കുന്ന വിപ്ലവയാത്രയ്ക്കാണ് പ്രേമ തുടക്കമിടുന്നത്. പ്രണയവും ഒരു വിപ്ലവമാണെന്ന് അവൾ ജീവിതം കൊണ്ട് തെളിയിക്കുന്നു. വിപ്ലവങ്ങൾ അവസാനിക്കുന്നില്ല. ചെറിയ മനുഷ്യർ എവിടെയൊക്കെയോ അവരുടെതായ രീതിയിൽ അത് തുടരുന്നുണ്ട്. നോവലിലിലെ ഈ വാക്യത്തിന് നോവൽ തന്നെ തുടർച്ചയും തെളിവും നൽകുന്നു.

കായൽ പലരൂപത്തിൽ കടന്നുവരുന്ന പ്രതീകമായി യൂദാസിന്റെ സുവിശേഷത്തിൽ അനുഭവപ്പെടുന്നത് കാണാം. ജീവിതത്തിന്റെയും മരണത്തിന്റെയും, കാത്തിരിപ്പിന്റെയും കരുതലിന്റെയും, അസ്വസ്ഥതയുടെയും ആശ്വാസത്തിന്റെയും രൂപകമായി അത് പരിണമിച്ച് കൊണ്ടിരിക്കുന്നു. പാപബോധവും പേറി പുഴപോലെ ഒഴുകി ജീവിക്കുന്ന ദാസിന് കെട്ടിക്കിടക്കുന്ന കായൽക്കരകളായിരുന്നു ആശ്രയം. സുനന്ദയുടെ ചേതനയറ്റ ശരീരം കയത്തിലേക്ക് എറിയാൻ വിധിക്കപ്പെട്ടതു മുതൽ കായൽ പലമട്ടിൽ അയാളോടൊപ്പം ഉണ്ട്. ചുട്ടുപൊള്ളുന്ന പ്രാണന് കുളിരാകാനുള്ള ജലസാന്നിധ്യം മാത്രമായിരുന്നില്ല അയാൾക്ക് കായൽ. അത് തന്നെ ഒളിപ്പിച്ച് വെക്കാനുള്ള ജലദുർഗ്ഗം കൂടിയായിരുന്നു. പച്ചനിറമുള്ള കൊഴുത്ത കായൽ ജലവും ഇറങ്ങിപ്പോകുന്തോറും ചെളിപുതയുന്ന അതിന്റെ ആഴങ്ങളും ജീവിതത്തിന്റെ നിഗൂഢതകളെ കൂടി പ്രതിനിധാനം ചെയ്യുന്നു.

ശീർഷകം മുതൽ നോവലിനെ പിന്തുടരുന്ന മറ്റൊരു സാന്നിധ്യം ബൈബിളിന്റേതാണ്. സുനന്ദയുടെ ചേച്ചിയെ കണ്ട് മടങ്ങുമ്പോഴാണ് പ്രേമ ആദ്യമായി ബൈബിൾ വാങ്ങിക്കുന്നത്. അതിലവൾ ആദ്യം തിരയുന്നത് യൂദാസിന്റെ ഭാഗവുമായിരുന്നു. അപ്പോസ്തലൻമാരുടെ പ്രവൃത്തികൾ എന്ന അധ്യായത്തിൽ, അനീതിയുടെ കൂലി കൊണ്ട് വാങ്ങുകയും തലകീഴായി വീണ് നടുവെ പിളർന്ന് അവൻ ഒടുങ്ങുകയും ചെയ്ത ആ നിലത്തിന് രക്തനിലം

എന്നർത്ഥമുള്ള അക്കൽദാമ എന്ന പേര് സിദ്ധിച്ചതായി അവൾ വായിക്കുന്നു. യൂദാസിനെ ശിഷ്യനായി തിരഞ്ഞെടുത്ത ബൈബിൾ ഭാഗം അവൾ ആവർത്തിച്ച് വായിച്ചു കൊണ്ടിരുന്നു. ഇവർ ചെയ്യുന്നത് എന്തെന്ന് ഇവർ അറിയുന്നില്ല, ഇവരോട് പൊറുക്കേണമേ എന്ന യേശുദേവന്റെ പ്രാർത്ഥന പീഡനമേറ്റുവാങ്ങി ജീവൻവെടിഞ്ഞ ഓരോ ആത്മാവിന്റേതുമായിരുന്നു. മറ്റുള്ളവർക്കു വേണ്ടി കുരിശിൽ ക്രൂശിക്കപ്പെട്ട ക്രിസ്തുവിനെപ്പോലെ പീഡാനുഭവങ്ങളാൽ വിമലീകരിക്കപ്പെട്ട ശുദ്ധാത്മാക്കളായിരുന്നു പോലീസ് ക്യാമ്പുകളിൽ പൊലിഞ്ഞ ഓരോ ജീവനും. അതിനാൽ യൂദാസിന് യേശുദേവന്റെ ഛായയുള്ളതായി പ്രേമയ്ക്ക് തോന്നുന്നത് കേവലാർതത്തിൽ മാത്രമല്ല വിശേഷർത്ഥത്തിൽ കൂടിയാണ്. ദസ്തയോവ്സ്കിയുടെ ജീവിതത്തിലേക്ക് അന്നയെന്നപോലെ യൂദാസിലേക്ക് ഇവിടെ പ്രേമ കടന്നുവരുന്നു. ആത്മക്ഷതങ്ങളാൽ ഇടറി വീഴുമായിരുന്ന ജീവനെ സ്നേഹത്തിന്റെയും സഹാനുഭൂതിയുടെയും ഊർജ്ജം കൊണ്ട് മുന്നോട്ട് നയിക്കാൻ അന്നയ്ക്കെന്ന പോലെ പ്രേമയ്ക്കും ഇവിടെ കഴിയുന്നുണ്ട്. പീഡാനുഭവങ്ങൾ ഏറ്റുവാങ്ങി മുറിപ്പെട്ട ഹൃദയവുമായി കഴിയുന്ന ദാസിന്റെ ആ ആത്മവേദനകൾക്ക് ആശ്വാസമാകുന്നത് പ്രേമയുടെ അനുതാപാർദ്രമായ സാന്നിധ്യമാണ്.

'രാത്രി ഉറക്കമുണ്ടായിരുന്നില്ല. എന്തെങ്കിലും ശബ്ദം കേൾക്കും. ഒരു കാലൊച്ച. ഒരു വണ്ടിയുടെ എഞ്ചിൻ. ഒരു സൈക്കിൾ ബെൽ, ഞാൻ എഴുന്നേറ്റിരിക്കും. അവരെന്നെത്തേടി എപ്പോൾ വേണമെങ്കിലും വരുമെന്ന് എനിക്ക് പേടിയായിരുന്നു.' അടിയന്തരാവസ്ഥയുടെ മുഴുവൻ അരക്ഷിതാവസ്ഥയും ഭയപ്പാടും പ്രേമയോടുള്ള സുരേന്ദ്രൻ മാഷുടെ ഈ വാക്കുകളിൽ ഉണ്ട്.

സുരേന്ദ്രൻ മാഷിന്റെ ഈ ഭയത്തെ വിശകലനം ചെയ്ത് കൊണ്ട് സേതു മാഷ് എന്ന കഥാപാത്രം പറയുന്ന വാക്കുകൾ ഫാസിസത്തിന്റെ രീതികളെ ആഴത്തിൽ വെളിപ്പെടുത്തുന്നതാണ്. പേടിപ്പിച്ചു പേടിപ്പിച്ച് അവസാനം വ്യക്തികളെ അവരല്ലാതാക്കിത്തീർക്കുന്ന ഫാസിസ്റ്റ് തന്ത്രം ഇന്ന് തുടങ്ങിയതല്ല, അടിയന്തരാവസ്ഥക്കാലത്തിന്റെ തുടർച്ചയായിരുന്നു. 'പൂത്തുലഞ്ഞ യൗവനത്തിന്റെ പൂമരങ്ങൾ എത്രയാടോ അവന്മാർ അടിച്ചുകൊഴിച്ചത്.' കക്കയത്തു നിന്നും തിരിച്ചിറങ്ങുമ്പോൾ സേതു മാഷ് പറയുന്ന വാക്കുകൾ പോയകാലത്തിന്റെ നഷ്ട വസന്തങ്ങളെ കുറിച്ച് മാത്രമുള്ളതല്ല വിത്തായി മാറാത്ത വരുംകാലത്തിന്റെ തരിശിടങ്ങളെ കുറിച്ച്

കൂടിയുള്ളതാണ്. കക്കയത്തിന്റെ പൂർവ്വകാല സ്മൃതികൾ അയവിറക്കുന്നത് തടയുന്ന തന്റെ മകളോട് ഇട്ടിച്ചൻ എന്ന വൃദ്ധനായ മനുഷ്യൻ പറയുന്ന വാക്കുകൾ നോവലിൽ ഏറെ പ്രസക്തമാണ്. 'പറഞ്ഞോണ്ടിരിക്കണം. അല്ലെങ്കിൽ അക്കാലം ഇനിയും വരും. പറഞ്ഞു പറഞ്ഞ് ഓർമ്മിപ്പിച്ചോണ്ടിരിക്കണം എപ്പൊഴും എല്ലാവരേയും.'

ഈ നോവൽ നിർവ്വഹിക്കുന്ന ധർമ്മവും ഇതു തന്നെയാണ്. ഭരണകൂടം മർദ്ദകരായി മാറിയ കഴിഞ്ഞ കാലത്തെ കുറിച്ചുള്ള ഓർമ്മപ്പെടുത്തലല്ല. വന്നു ചേർന്നതോ വരാനിരിക്കുന്നതോ ആയ ഭരണകൂട ഭീകരതയെ കുറിച്ചുള്ള മുന്നറിയിപ്പാണ് യൂദാസിന്റെ സുവിശേഷം എന്ന നോവൽ. ഫാസിസം ചുറ്റും പിടിമുറുക്കുമ്പോൾ ചരിത്രം കൊണ്ടതിനെ തിരുത്താനും മുന്നറിയിപ്പു കൊണ്ട് കരുതലിന്റെ ശബ്ദമാകാനും ഈ നോവലിന് സാധിക്കുന്നുണ്ട്.

നവാസ് മണ്ണൻ

കണ്ണൂർ ജില്ലയിലെ മാടായി സ്വദേശി. തളിപ്പറമ്പ് സർ സയ്യിദ് കോളേജിൽ മലയാള വിഭാഗം അസിസ്റ്റന്റ് പ്രൊഫസർ. സർഗാത്മക ക്ലാസ് മുറികൾ, അടച്ചിരിപ്പു കാലത്തെ കവിതയുടെ തുറസ്സുകൾ എന്നീ പുസ്തകങ്ങൾ പ്രസിദ്ധീകരിച്ചിട്ടുണ്ട്.

ഫോൺ: 9037498864

Email: navasmannanbayan@gmail.com

❍❍

അനുഭവങ്ങളുടെ ഖബറിടങ്ങൾ

ഡോ. നജ്മു കെ.

അറബിപദമായ ഖബർ എന്ന പദത്തിന്റെ അർത്ഥം മരണശേഷം മനുഷ്യശരീരം കുഴിച്ച് മൂടുന്ന ഇടം എന്നാണ്. ഹബർ എന്ന പദവും അറബിയിൽ ഉണ്ട്. ഇതിനർത്ഥം വാർത്ത, വിവരങ്ങൾ എന്നൊക്കെയാണ്. ഈ രണ്ട് പദത്തേയും മലയാളത്തിൽ ഖബർ എന്നോ കബർ എന്നോ ആണ് എഴുതുന്നത്. കെ.ആർ. മീര 2020-ൽ എഴുതിയ നോവലിന് പേരിട്ടത് ഖബർ എന്നാണ്. മേൽപ്പറഞ്ഞ രണ്ടർത്ഥങ്ങളെയും ഉൾകൊള്ളുന്ന എഴുത്ത് തന്നെയാണിത്. അസ്തിത്വം നശിക്കുന്നതു വരെ കുഴിച്ച് മൂടുക എന്നതായും കുഴിച്ച് മൂടപ്പെട്ട വിവരങ്ങളുടെ വെളിപ്പെടുത്തലായും ഒരേ സമയം ഈ നോവൽ മാറുന്നുണ്ട്.

സ്ത്രീപക്ഷ ആശയങ്ങളെ ഉൾകൊള്ളുന്ന എഴുത്തുകളാണ് കെ.ആർ. മീരയുടേത്. സ്ത്രീയെന്നാൽ കൃത്യമായ വ്യക്തിത്വമുള്ളവളാണെന്നും തൊഴുത്തിൽ കെട്ടിയ പശുവിനെപോലെ ജീവിക്കേണ്ടവളല്ലെന്നും അവർ നിരന്തരം വിളിച്ച് പറയുന്നുണ്ട്. സമൂഹത്തിൽ പ്രത്യേകിച്ച് കുടുംബത്തിനകത്തും സ്ത്രീകൾക്ക് തുല്യപരിഗണന വേണമെന്ന നിർബന്ധം കെ.ആർ. മീരക്കുണ്ട്.

സ്ത്രീകൾ പുരുഷന്റെ അടിമകളായി കഴിയേണ്ട ഒരാളല്ലെന്നും അവർക്കും സമൂഹത്തിൽ പ്രവർത്തിക്കാൻ അവകാശം വേണമെന്നും പറയുന്ന ഒരു നോവൽ തന്നെയാണ് ഖബറും. ഇവിടെ പക്ഷേ, അവതരണം മറ്റുള്ള എഴുത്തിൽ നിന്നും എഴുത്തുകാരിൽ നിന്നും വ്യത്യസ്തമാണ്. ചുരുങ്ങിയ അധ്യായങ്ങളിലുടെ വിശാലമായ ആശയങ്ങളെയും ആശങ്കകളെയും പങ്കുവെക്കാൻ എഴുത്തുകാരിക്ക് കഴിയുന്നു.

ചരിത്രങ്ങളെ മിത്തിന്റെ ആവിഷ്കരണത്തിലൂടെയും ഓർമ്മയു

ടെ അയവിറക്കലിലൂടെയും അവതരിപ്പിക്കപ്പെടുന്നുണ്ട്. സ്വപ്നങ്ങളെപ്പോലെ തികച്ചും വൈയക്തികമായ നിലനിൽപ്പല്ല ഓർമ്മകൾക്കുള്ളത്. ചരിത്രപരവും സാമൂഹികവുമാണ് ഓർമ്മകൾ. മുൻതലമുറകളുടെ അനുഭവവുമായി ബന്ധിപ്പിക്കുന്ന ഉറപ്പുള്ള കണ്ണികളാണ് അവ. ഇന്നിനും നാളേക്കും വേണ്ടിയുള്ള ചില നിലപാടുകൾക്കായുള്ള വാദങ്ങളാണ് സാമൂഹികമായ ഓർമ്മകളിലൂടെ ഉന്നയിക്കപ്പെടുന്നത്. കുടുംബപാരമ്പര്യത്തിന്റെ ഓർമ്മകൾ ചില മിത്തുകളിൽ കുരുങ്ങിക്കിടക്കുന്നത് ഖബർ എന്ന നോവലിൽ കാണാം. അതുപോലെ തന്നെ ഇതിലെ കഥാപാത്രങ്ങളുടെ മുൻകാല അനുഭവങ്ങളുടെ ഓർമ്മകളിൽ നിന്നുമാണ്. വർത്തമാനകാലത്തിലെ തിരിച്ചറിവിലേക്ക് അവർ എത്തുന്നത്. ദേശീയവും ഭാഷാപരവും ശാരീരികമാനസിക ആരോഗ്യപരവുമായ നിരവധി വിഷയങ്ങൾ ഇതിലൂടെ ചർച്ച ചെയ്യുപ്പെടുന്നുണ്ട്.

ഖബർ എന്ന നോവൽ കുഴിച്ച് മൂടപ്പെട്ട ചരിത്രങ്ങളും അനുഭവങ്ങളുംകൊണ്ട് സമ്പന്നമാണ്. വിശ്വാസങ്ങൾ, മതം, നിയമം, നീതി, കുടുംബം, തൊഴിലിടങ്ങൾ, ദാമ്പത്യം, പ്രണയം, സമൂഹം, രോഗം, ദേശീയത, വ്യക്തിബന്ധങ്ങളിലെ ശൈഥില്യം, സംഘർഷം തുടങ്ങി നിരവധി വിഷയങ്ങൾ ഈ നോവലിൽ ഉൾകൊള്ളുന്നുണ്ട്.

പൊളിക്കപ്പെടുന്ന ഖബറുകളിലൊന്ന് കുടുംബ പാരമ്പര്യത്തിന്റേതാണ്. ഈ നോവലിലെ നായികാനായകന്മാരായ ഭാവനാസച്ചിദാനന്ദനിലൂടെയും ഖയാലുദ്ദീൻ തങ്ങളിലൂടെയുമാണിവ പൊളിക്കപ്പെടുന്നത്. ഖബറിടങ്ങൾ പൊളിയാതിരിക്കാൻ ഇരുവരും സശ്രദ്ധം ശ്രമിക്കുമ്പോഴും കാലത്തിന്റെ അനിവാര്യതയിൽ ചരിത്രത്തിന്റെ തിരിച്ചറിവുകളായും നീതിയുടേയും അനീതിയുടെയും വെളിപ്പെടുത്തലുമായും ഖബറിടങ്ങൾ പൊളിഞ്ഞു വെളിവാക്കപ്പെടുന്നു.

ലിംഗവൽക്കരിക്കപ്പെട്ട സ്ഥാപനമായ കുടുംബവ്യവസ്ഥയിൽ ഭർത്താവിനാൽ ഉപേക്ഷിക്കപ്പെട്ട സ്ത്രീയും ഭർത്താവിനെ ഉപേക്ഷിച്ച് പോകുന്ന സ്ത്രീയും ഈ നോവലിനകത്തുണ്ട്. രണ്ട് സ്ത്രീകളുടെയും അനുഭവങ്ങൾ ഒന്നുതന്നെ. ഭാവനാസച്ചിദാനന്ദന്റെ അമ്മ ശക്തയായ ഒരു സ്ത്രീകഥാപാത്രമാണ്. ഭാവനയുടെ അച്ഛൻ സച്ചിദാനന്ദനിൽ നിന്നും അവർ നേരിടുന്ന പ്രശ്നത്തിൽ നിന്നും ഒടുവിലവർ പരിഹാരം കണ്ടെത്തുന്നു. വേതനമുള്ള തൊഴിലും വേതനമില്ലാത്ത തൊഴിലും നിരന്തരം ചെയ്ത് കൊണ്ടിരി

ക്കുന്ന അവർ വിശ്രമം എന്തെന്ന് അറിയാത്തവർ തന്നെ. അവർക്ക് അനീതി നേരിടേണ്ടിവരുന്നത് ഭർത്താവിൽ നിന്നുമാണ്. ഒരു തകരട്രങ്കിൽ നാല് ജോഡി വസ്ത്രങ്ങളും ധാരാളം പുസ്തകങ്ങളുമായി ഭർത്താവിന്റെ വീട്ടിൽ എത്തിയ അവർ വർഷങ്ങൾക്ക് ശേഷമാണ് ആ വീട്ടിൽ തനിക്കൊരവകാശവുമില്ലെന്ന് തിരിച്ചറിയുന്നത്. ഒരു തൊഴിലാളി ജീവിതം തന്നെയായിരുന്നു കുടുംബത്തിലെയും അവരുടെ ജീവിതം.

രണ്ടാം അധ്യായത്തിൽ ഭാവന അച്ഛനോട് അമ്മയെക്കുറിച്ച് പറയുന്നതിൽ നിന്നും അത് വ്യക്തമാണ്. 'അച്ഛൻ കല്ല്യാണം കഴിച്ചുകൊണ്ടുവരുമ്പോൾ അമ്മയ്ക്ക് വെറും ഇരുപതുവയസ്സ്. അച്ഛന്റെ വില്ലേജ് ഓഫീസിലേക്ക് ഇവിടുന്നു രണ്ടു കിലോമീറ്റർ. അമ്മേടെ കലക്രേറ്ററിലേക്ക് രണ്ട് മണിക്കൂർ യാത്ര. അമ്മ മൂന്ന് മണിക്ക് ഉണർന്ന് അച്ഛനും ഞങ്ങൾക്കും അമ്മൂമ്മയ്ക്കും അപ്പൂപ്പനും ബ്രേക്ക്ഫാസ്റ്റും ലഞ്ചും വൈകിട്ടത്തേക്കു പലഹാരവും ഉണ്ടാക്കിയിട്ട് എട്ടിന്റെ ബസ് പിടിക്കാൻ ഓലവാലേ ഓടും. ഓടുന്ന വഴിക്കാണ് സാരി ഞൊറിഞ്ഞുടുക്കുന്നതുപോലും. വൈകിട്ട് ഏഴുമണിക്ക് പാഞ്ഞു വന്നു കയറും. സാരി മാറി നേരെ അടുക്കളയിൽ കയറും. മീൻ കറിയായി രണ്ടു കൂട്ടം കറിയായി പിറ്റേന്ന് കാപ്പിക്കുള്ള ഒരുക്കമായി അമ്പത്തിയാറാം വയസിൽ റിട്ടയർ ചെയ്യുന്നത് വരെ ഞായറാഴ്ചപോലും അമ്മ ഒന്നിരിക്കുന്നത് ഞാൻ കണ്ടിട്ടില്ല.'

വഴിയിൽ വെച്ച് വണ്ടിതട്ടി. കാലുചതഞ്ഞ ഒരു പട്ടിയെ ഭാവനയുടെ അമ്മ വീട്ടിലേക്ക് എടുത്തുകൊണ്ടുവരുന്നിടത്താണ് ആ സ്ത്രീ അവരുടെ ഇടം തിരിച്ചറിയുന്നത്. സച്ചിദാനന്ദൻ ഭാര്യയോട് ഞാനോ പട്ടിയോ രണ്ടിലൊന്നേ ഈ വീട്ടിൽ പറ്റൂ എന്ന് വാശി പിടിച്ചപ്പോൾ പട്ടി മതിയെന്ന് ഭാവനയുടെ അമ്മയും സച്ചിദാനന്ദന്റെ ഭാര്യയുമായ ആ സ്ത്രീ തീരുമാനിക്കുന്നു.

'അതൊക്കെ ഈ നാട്ടിൻ എല്ലാ പെണ്ണുങ്ങളും ചെയ്യും. എന്നും പറഞ്ഞ് വയസ്സുകാലത്ത് ഭർത്താവിനെ നാട്ടുകാരുടെ മുമ്പിൽ പട്ടിയാക്കി ഇറങ്ങിപ്പോകുമോ' എന്ന് സച്ചിദാനന്ദൻ മകളോട് അമ്മയെ കുറിച്ച് പറയുന്നുണ്ട്. മുപ്പത്തിയാറു കൊല്ലം ചെയ്തതൊന്നും ഓർമ്മയില്ലാത്ത അച്ഛനേക്കാൾ ഇന്നലെ മുറിവുവച്ചു കെട്ടികൊടുത്ത പട്ടിക്കാണു സ്നേഹമെന്ന് അമ്മയ്ക്കു തോന്നിയതാരുടെ കുറ്റം? എന്ന ഭാവനയുടെ ചോദ്യത്തിന് മുന്നിൽ അയാൾക്ക് ഉത്തരമില്ലാതെ നിക്കേണ്ടിവരുന്നു. ഭർത്താവിനെ ഉപേക്ഷിച്ച് ഇറങ്ങു

ന്നതോടെ ഭാവനയുടെ അമ്മ അവർക്ക് നഷ്ടപ്പെട്ട സ്വാതന്ത്ര്യം നേടുകയായിരുന്നു. മണ്ണുകൊണ്ടുള്ള ചെറിയ വീടിനുള്ളിൽ വിഷമാവസ്ഥ അനുഭവിക്കുന്ന പട്ടികൾക്ക് ഒരാശ്വാസമായി അത്താണിയായി അവർ മാറി. ശക്തമായ നിലപാടുകളുള്ള സ്ത്രീയായി നോവലിൽ ഭാവനയുടെ അമ്മ ആവിഷ്കരിക്കപ്പെടുന്നുണ്ട്.

പുസ്തകങ്ങളും നാല്ജോഡി വസ്ത്രങ്ങളുമായി ഭർതൃവീട്ടിലേക്ക് കേറി വന്ന ഭാവനയുടെ അമ്മ അവിടന്ന് ഇറങ്ങുമ്പോഴും വസ്ത്രങ്ങളും പുസ്തകങ്ങളും മാത്രമേ കൊണ്ടുപോകുന്നുള്ളൂ. പുസ്തകവായനയും സാധുക്കളായ അശരണരായ അനാഥരായ പട്ടികളുമാണ് അവരുടെ സ്വന്തംമക്കൾ. അവർക്ക് ഈ മൃഗങ്ങളൊക്കെ മക്കളെപോലെയാണെന്നും. മകളായ താൻ അമ്മയ്ക്ക് കൊടുക്കാതിരുന്ന സ്നേഹത്തെക്കുറിച്ചും കുറ്റബോധത്തോടെ ഭാവന ചിന്തിക്കുന്നുണ്ട്.

ഭാവനയുടെ അച്ഛനാകട്ടെ പാരമ്പര്യമഹത്വത്തിന്റെയും പുരുഷമേലധികാരത്തിന്റെയും പൊലിമയിൽ ജീവിതത്തെ കാണുന്നയാളാണ്. എന്നാൽ നിലവിലുള്ള സാമൂഹിക കാഴ്ചപ്പാടിനെ അട്ടിമറിക്കുന്ന ഒരു കാര്യത്തെ എഴുത്താകാരി ഇവിടെ അവതരിപ്പിക്കുന്നു. പൊതുവേ സ്ത്രീകളിൽ ആരോപിക്കപ്പെടുന്ന ഒന്ന് ഭാവനയുടെ അച്ഛന്റെ ബലഹീനതയായി നോവലിസ്റ്റ് ആവിഷ്കരിച്ചിരിക്കുന്നു. ചാനലുകളിൽ വരുന്ന കണ്ണീർ സീരിയലുകളിൽ മുഴുകിയിരിക്കുന്ന സച്ചിദാന്ദനെ നോവലിൽ കാണാം. സ്വന്തം താല്പര്യങ്ങളിൽ മുഴുകി മറ്റൊന്നിന്റെയും ആകുലതകളിൽപ്പെടാതെ പുതിയ കാലത്തെ പുരുഷനാണ് സച്ചിദാനന്ദൻ. ഭാവനയുടെ അമ്മ വിശ്വസാഹിത്യങ്ങൾ വായിക്കുന്നവരാണെങ്കിൽ അച്ഛൻ കണ്ണീർ സീരിയലിന് അടിമയായി നിൽക്കുന്നവനാണ്.

ഭാവനയുടെ മകൻ അദ്വൈതിനെ കണ്ടതും റിമോർട്ട് കൂടുതൽ ഭദ്രമായി കക്ഷത്തിൽ വച്ചിട്ട് വാ മോനേ ചോദിക്കട്ടെ എന്തൊക്കെയുണ്ട് വിശേഷം എന്ന് യാന്ത്രികമായി ചോദിക്കുമ്പോഴും സച്ചിദാനന്ദൻ ശ്രദ്ധിക്കുന്നത് സീരിയിലിനിടയിലെ പരസ്യം കഴിഞ്ഞോ എന്നാണ്. അച്ഛന്റെ നില മനസ്സിലാക്കിയ ഭാവന പറയുന്നുണ്ട് 'എന്നാൽപ്പിന്നെ ഞാൻ പോയിട്ടു സീരിയലില്ലാത്ത സമയത്തു വരാം.'

ഭാവന അമ്മയെ കാണാൻ പോയപ്പോൾ വായിച്ച് പകുതിയാക്കിയ നോവലാണ് അടുക്കളയിൽ കാണുന്നത്.

ഭാവനയുടെയും പ്രമോദിന്റെയും പ്രണയവും ദാമ്പത്യബന്ധവും

നോവലിൽ പറയുന്നതിപ്രകാരമാണ്. 'ലോ കോളേജിൽ വെച്ച് പ്രമോദിനെ പ്രേമിക്കുകയും അയാളെ ഭർത്താവായി കിട്ടാൻ ആറേഴുകൊല്ലം തിങ്കഴാഴ്ച വ്രതമെടുക്കുകയും ധനിക ബന്ധുക്കളുമായി ആലോചനയ്ക്കെത്തുമ്പോൾ അയാൾക്ക് അപമാനം ഉണ്ടാകാതിരിക്കാൻ അച്ഛനെകൊണ്ട് ലോണെടുപ്പിച്ച് കോൺക്രീറ്റ് വീട് പണിയുകയും കുറുപ്പുസാറിന്റെ ജൂനിയറായിരിക്കെ കിട്ടിയ കാശുമുഴുവൻ പിശുക്കി സ്വരുക്കൂട്ടി നൂറുപവൻ തികയ്ക്കുകയും കല്യാണത്തിനുശേഷം താൻ വലിയ കേസുകൾ ജയിക്കുന്നത് അയാളുടെ ഇൻഫിരിയോറിറ്റി കോംപ്ലക്സ് ആളിക്കത്തിക്കുന്നത് തിരിച്ചറിഞ്ഞ് അവ വേണ്ടെന്ന് വയ്ക്കുകയും അയാൾ എഴുതിത്തോറ്റ മുൻസീഫ് മജിസ്ട്രേട്ട് ടെസ്റ്റ് എഴുതേണ്ടെന്ന് തീരുമാനിക്കുകയും ഒക്കെ ചെയ്ത ഒരുവൾ ഉണ്ടായിരുന്നു. അവൾ പ്രമോദിന് ഇഷ്ടമില്ലാത്ത സാരി ഉടുത്തില്ല. പ്രമോദിന് ഇഷ്ടമില്ലാത്തവരോട് സംസാരിച്ചില്ല. പ്രമോദ് സന്തോഷിക്കാത്തതിൽ സന്തോഷിച്ചില്ല. പ്രമോദിനോട് ചോദിക്കാതെ ശ്വാസംവിടാൻ തയ്യാറായില്ല......' എന്നിട്ടും പ്രമോദിൽ ഭാവനയെ സംബന്ധിച്ച് ഭയമാണുണ്ടായത്. അംഗീകാരം എന്നൊന്ന് ഒരു ഭാര്യ എന്ന നിലയിൽപോലും അയാൾ കൊടുക്കാൻ തയ്യാറാകുന്നില്ല. ആദ്യകാലങ്ങളിൽ കുട്ടികളില്ലാത്തതിനെ ചൊല്ലിയും പിന്നീട് മകൻ അദ്വൈത് പിറന്നപ്പോൾ അവന്റെ അസുഖത്തെ ചൊല്ലിയും അയാളവളെ ദ്രോഹിച്ചു. പരമ്പരാഗത സ്ത്രീജീവിതമാണ് വിദ്യാസമ്പന്നയായ ഭാവനയ്ക്ക് ലഭിക്കുന്നത്, നിന്ദയും അനീതിയും. മകൻ അദ്വൈതിന് എ.ഡി.എച്ച്.ഡി ഉണ്ടെന്ന് ഡോക്ടർ പറഞ്ഞപ്പോൾ അതിനായി പ്രമോദിന്റെ പിന്നീടുള്ള ആക്ഷേപം. 'ഒരു നിമിഷം മനസ്സമാധാനം തരാത്ത ഈ നാശം പിടിച്ച ജന്തുവിനെ ഇനിയെന്റെ കൺ വെട്ടത്തു കണ്ടാൽ... ' എന്ന് അയാൾ അലറുന്നുണ്ട്. ഈ അനുഭവത്തെ സഹിച്ച് മറികടക്കാൻ ഭാവനയിലെ അമ്മ തയ്യാറായില്ല. അദ്വൈതിന് അറ്റൻഷൻ ഡെഫിസിറ്റി ഹൈപ്പർ ആക്ടീവ് ഡിസോർഡർ ആണെന്ന് ഡോക്ടർ സംശയം പ്രകടിപ്പിച്ചപ്പോഴേക്കും വർഷങ്ങളായി പിടിവിട്ട് നിന്നിരുന്ന ദാമ്പത്യം പൂർണ്ണമായി മരിച്ചു. വിഹാമോചനത്തിൽ ഭാവനക്ക് തീരുമാനം എടുക്കാൻ ശക്തി പകരുന്നത് അമ്മയുടെ വാക്കുകളാണ്. 'ടാഗോർ എഴുതിയത് ഓർത്താൽ മതി. കൂട്ടിനുള്ളിലാണെങ്കിൽ ചിറകുവിടർത്താൻ ഇടമില്ല. പക്ഷേ, പിടിച്ചിരിക്കാൻ അഴിയുണ്ട്. ആകാശമാണെങ്കിൽ ചിറകുവിടർത്താൻ ഇടമുണ്ട്. പിടിച്ചിരിക്കാൻ അഴിയില്ല. ഏതുവേണം നീയാണു

തീരുമാനിക്കേണ്ടത്.' ജീവിതത്തെ പുതിക്കിപ്പണിയാൻ ഊർജ്ജം നൽകുന്ന ഈ വാക്കുകൾ അതിജീവനത്തിന്റേതു കൂടിയാണ്. തകർന്നതിൽ നിന്ന് പുതുക്കി പണിയാൻ ഉതകുന്ന ഒരു ആയുധമായി തന്നെയാണ് പ്രമോദിന്റെ രണ്ടാം വിവാഹത്തിന് മകന്റെയൊപ്പം പോകാൻ ഭാവനക്ക് പ്രേരണയേകിയത്. സ്വയം തീരുമാനമെടുക്കാൻ ശേഷിയുള്ള ഉന്നതനീതിന്യായ വകുപ്പിലെ ജില്ലാ ജഡ്ജിയായി അവരെ മാറ്റുന്നതും അതുതന്നെ.

ഭാവനയുടെ അമ്മ ജീവിതാനുഭവത്തിൽ നിന്നും ചില തിരിച്ചറിവുകൾ മകളുടെ അറിവിലേക്കായി നൽകുന്ന സന്ദർഭം നോവലിൽ കാണാം. കല്ല്യാണം കഴിച്ച് ഭർത്താവിന്റെ വീട്ടിലെത്തുന്ന പെണ്ണ് കാണുന്ന സ്വപ്നത്തിന്റെയും യാഥാർത്ഥ്യത്തിന്റെയും വൈരുദ്ധ്യം കൃത്യമായി അവർ വിലയിരുത്തുന്നു. സ്വർഗ്ഗമായിരിക്കുമെന്ന് കരുതിയെത്തുന്നിടം കേവലം തൊഴിലിടം മാത്രമാണെന്ന യാഥാർത്ഥ്യത്തെ മകൾക്ക് അവർ ബോധ്യപ്പെടുത്തികൊടുക്കുന്നുണ്ട്.

ഭാവനാസച്ചിദാനന്ദന്റെയും പ്രമോദിന്റെയും മകൻ അദ്വൈത് ഒരുതരം അസ്വസ്ഥത ഉളവാക്കുന്ന കുട്ടിയാണന്ന് നോവലിൽ പറയുന്നുണ്ട്. അറ്റൻഷൻ ഡെഫിസിറ്റി ഹൈപ്പർ ആക്ടീവ് ഡിസോഡർ (ADHD) എന്നാണ് ആ അവസ്ഥയുടെ പേര്. അദ്വൈതിന് തന്റെ അസുഖം കൊണ്ടാണ് അച്ഛൻ പ്രമോദ് അമ്മയെയും തന്നെയും ഉപേക്ഷിച്ചതെന്ന ഉറച്ച വിശ്വാസം ഉണ്ടായിരുന്നു.

'അപ്പൂപ്പന് എ.ഡി.എച്ച്.ഡി ഉണ്ടായിരുന്നോ?' എന്ന് ഒറ്റക്ക് താമസിക്കുന്ന അപ്പൂപ്പനെ കുറിച്ച് അമ്മയോട് ചോദിക്കുന്നുണ്ട്. അപ്പൂപ്പന്റെ അച്ഛനുമമ്മയും അതുകൊണ്ടാണോ ഉപേക്ഷിച്ച് പോയത്? എന്നന്വേഷിക്കുന്നുണ്ട്.

'ഞങ്ങൾ പിരിഞ്ഞതു നീ കാരണമല്ല. ഞാൻ പറഞ്ഞിട്ടുള്ളതല്ലേ. അമ്മ ജഡ്ജ് ആയത് അച്ഛന് ഇഷ്ടപ്പെട്ടില്ല.' അദ്വൈതിന്റെ മനസ്സിലെ സംശയം, ഭാവന ഇങ്ങനെ കളയാൻ ശ്രമിക്കുന്നുണ്ട്. നിരന്തരം അപ്സെറ്റാവുകയും ബഹളം വെക്കുകയും ദേഷ്യപ്പടുകയും സങ്കടപ്പെടുകയും വാശിപ്പിടിക്കുകയും ചെയ്യുന്ന അദ്വൈതിന്റെ പ്രകൃതം ഭാവനയുടെ അമ്മയെ കണ്ടതിന് ശേഷവും കാക്കശ്ശേരി ഖയായലുദ്ദീൻ തങ്ങളെ കാണുമ്പോഴും ശാന്തമാകുന്നുണ്ട്. അറ്റൻഷൻ എന്നത് സ്നേഹം തന്നെയാണ്. തന്നോട് സ്നേഹവും സമയവും പങ്കുവെക്കുന്നവരുടെ സാന്നിധ്യത്തിൽ അദ്വൈതിന്റെ അസ്വസ്ഥത ഇല്ലാതാവുന്നു. വർത്തമാന കാല കുടുംബവ്യവസ്ഥ

യിലെ കുട്ടികളും ഒറ്റപ്പെടലും സംഘർഷവും അദ്വൈതിലൂടെ അവതരിപ്പിക്കപ്പെടുന്നുണ്ടിവിടെ.

കാക്കശ്ശേരി ഖയാലുദ്ദീൻ തങ്ങൾ തന്റെ പൂർവ്വികന്റെ ഖബർ പൊളിക്കുന്നത് തടയുവാനുള്ള കേസുമായാണ് കോടതിയിലെത്തുന്നത്. മഹേന്ദ്രജാലവും മന്ത്രവും അറിയുന്ന ആളാണ് തങ്ങൾ. കുടുംബവസ്തുവായ രണ്ടേക്കർ പതിനഞ്ചു സെന്റ് കെ. നിസാറുദ്ദീൻ തങ്ങളുടെ മക്കളായ കെ. സലാഹുദ്ദീൻ തങ്ങൾ, കെ ഫസലുദ്ദീൻ തങ്ങൾ, കെ. അമീറുദ്ദീൻ തങ്ങൾ എന്നിവർ ചേർന്ന് വസ്തുവിനോട് ചേർന്നു കിടക്കുന്ന വസ്തുവിന്റെ ഉടമയായ സാകേതം ചാരിറ്റബിൾ ട്രസ്റ്റിന് ഒരു ആറിന് ഒന്നേ മുക്കാൽ ലക്ഷം രൂപവച്ച് വിൽപന നടത്തിയിട്ടുണ്ട്. വാങ്ങിയവർ ആ സ്ഥലത്ത് നിർമ്മാണം തുടങ്ങിയിരിക്കുകയാണ്. അതിന്റെ തെക്കെ അറ്റത്ത് കുടുംബവകയായുള്ള പൂർവ്വികന്റെ ഖബറും അനുബന്ധ അടയാള കല്ലുകളും പൊളിക്കപ്പെട്ടിരിക്കുന്നുണ്ട്. ഖബർ സംരക്ഷിക്കാൻ ആവശ്യമായ സ്ഥലം പണംകൊടുത്തു വാങ്ങാൻ ഖയാലുദ്ദീൻ തങ്ങൾ തയ്യാറാണെങ്കിലും ട്രസ്റ്റുകാർ അതിന് തയ്യാറാകുന്നില്ല. മക്കയിൽ നിന്ന് വന്ന പൂർവ്വികന്റെ ഖബർ തങ്ങൾക്ക് അത്യന്തം പാവനമാകയാൽ അതു നശിപ്പിക്കുന്നത് എത്രയും വേഗം തടയണമെന്നാവശ്യപ്പെട്ടാണ് കോടതിയെ സമീപിക്കുന്നത്.

'ചേരമാൻ പെരുമാളിനോടൊപ്പം മക്കയിൽ പോയി ഇസ്ലാം മതം സ്വീകരിച്ചു മടങ്ങിവന്ന ഹസൻ കോയയുടെ ഖബറാണ് ഇത്. അദ്ദേഹം കിടക്കുന്ന മണ്ണ് എനിക്ക് പാവനമാണ്. ഓഡിറ്റോറിയം പണിയുന്നതിൽ എനിക്ക് തടസ്സമില്ല. പക്ഷേ, ആ ഖബർ ഇരിക്കുന്ന സ്ഥലം സംരക്ഷിക്കപ്പെടണം.' ഖയാലുദ്ദീൻ തങ്ങളുടെ ഈ ആവശ്യം തെളിവുകളുടെ അഭാവത്തിൽ തള്ളിപോകുന്നുണ്ട്. രേഖയില്ലാത്തത്കൊണ്ട് കുഴിച്ച് മൂടപ്പെട്ട സത്യങ്ങൾ ഒരിക്കലും ഇല്ലാതാകുന്നില്ലെന്ന് ഭാവനസച്ചിദാനന്ദനെ നേരിട്ട് കൊണ്ടുപോയി ഖബറിടം കാണിക്കുന്നതിലൂടെ കാക്കശ്ശേരി തങ്ങൾ തെളിയിക്കുന്നു.

ഈ നോവലിനകത്തെ പ്രണയാവിഷ്കാരം രണ്ട് തരത്തിലുള്ളതാണ്. തന്റെ ഇഷ്ടങ്ങളെയെല്ലാം പ്രണയേതാവിന്റെ ഇഷ്ടത്തിന് വേണ്ടി മാറ്റി നിർത്തി അയാൾക്ക് വേണ്ടിയുള്ള ജീവിതം നയിച്ച് പരാജയപ്പെട്ടുപോകുന്ന ഭാവനയുടെയും പ്രമോദിന്റെയും പ്രണയം ആണ് ഒന്നാമത്തേത്. ഇന്ദ്രജാലംകൊണ്ട് മായാലോകം തീർക്കുകയും സന്തോഷിപ്പിക്കുകയും മനസ്സറിഞ്ഞ് പെരുമാറുക

യും ചെയ്യുന്ന മൈന്റ് റീഡർ കൂടിയായ കാക്കശ്ശേരി ഖയാലുദ്ദീ ൻ തങ്ങളും വിവാഹമോചിതയും ജഡ്ജിയുമായ ഭാവനയുമായു ള്ള പ്രണയം ആണ് രണ്ടാമത്തേത്. അമ്മ കൊടുക്കുന്ന ഒരു ഉപദേ ശവാക്യത്തിലൂടെ ഈ രണ്ട് പ്രണയത്തിന്റെയും വ്യത്യാസത്തെ ഭാവന വിലയിരുത്തുന്നുണ്ട്. 'ഒരാളുടെ സേവനങ്ങൾക്കു മറ്റൊരാൾ നൽകുന്ന പ്രതിഫലമല്ല സ്നേഹം. അത് ഒരാൾ മറ്റൊരാളിൽ കണ്ടെത്തുന്ന പൂർണ്ണതയാണ്.' അമ്മ പറഞ്ഞ ഈ പൂർണ്ണത കാക്കശ്ശേരി ഖയാലുദ്ദീൻ തങ്ങളിലൂടെയാണ് ഭാവനക്ക് ലഭ്യമാകു ന്നത്. 'ജീവിതത്തിലാദ്യമായി മറ്റൊരാളു സാമീപ്യത്തിൽ എനിക്ക് അപാരമായ പൂർണ്ണത അനുവഭവപ്പെട്ടു...'. കാക്കശ്ശേരി ഖയാലു ദ്ദീൻ തങ്ങൾ മസ്തിഷ്കമരണത്തിൽപ്പെട്ടപ്പോഴും അയാളുടെ അസാന്നിധ്യത്തിലും ഭാവന പ്രണയത്തിന്റെയും അംഗീകാരത്തി ന്റെയും കരുതലിന്റെയും പൂർണ്ണത അനുഭവിക്കുന്നതായി പറഞ്ഞ് കൊണ്ടാണ് നോവൽ അവസാനിക്കുന്നത്. ഖയാലുദ്ദീൻ തങ്ങളു ടെ മരണവിവരം അറിഞ്ഞ് തളർന്നിരിക്കുന്ന ഭാവനയുടെ അനുഭ വത്തെ എഴുത്തുകാരി അവതരിപ്പിക്കുന്നതിപ്രകാരമാണ്.

'ഞാൻ മേശപ്പുറത്തു തല ചായ്ച്ചു കിടന്നു. ആരോ കടന്നുവ ന്നു. എന്തോ മേശപ്പുറത്തുവച്ചു മുഖമുയർത്താൻ ശക്തിയുണ്ടായി ല്ല. ഇടിഞ്ഞു പൊളിയുന്ന വേദന എന്റെയുള്ളിലായിരുന്നു. അടിവ യറ്റിൽ രണ്ട് ഭ്രൂണങ്ങൾ പരസ്പരം വാനിഷിങ്ങ് ട്രിക് പഠിപ്പിക്കു കയാണെന്നു ഞാൻ ഭയന്നു. പതിയെപ്പതിയെ എനിക്കു ചുറ്റും എ ഡ്വേർഡ് റോസ് പുഷ്പങ്ങളുടെ വാസന പരന്നു. എന്നിട്ടും കണ്ണു തുറക്കാൻ ഞാൻ ധൈര്യപ്പെട്ടില്ല. കണ്ണുതുറന്നാൽ കൺകെട്ടഴിഞ്ഞാ ലോ? ജീവിതത്തിലാദ്യമായി മറ്റൊരാളിന്റെ അസാന്നിധ്യത്തിൽ ഞാൻ പരിപൂർണ്ണത അനുഭവിച്ചു.' ഇവിടെ എഡ്വേഡ് റോസ് പുഷ്പങ്ങളും അവയുടെ സുഗന്ധവും, സ്വർണ്ണനാഗങ്ങളും നീലശ ലഭങ്ങളും, മഴവില്ലും, ഒക്കെ ഇവർ തമ്മിലുള്ള പ്രണയത്തിന്റെ ചിഹ്നങ്ങളാണ്. സാന്നിധ്യത്തിലും അസാന്നിധ്യത്തിലും പരിപൂർ ണ്ണയാക്കപ്പെടുന്ന ഭാവന അത് കാക്കശ്ശേരി ഖയാലുദ്ദീൻ തങ്ങളി ലൂടെ മാത്രമായിരുന്നെന്ന് തിരിച്ചറിയുന്നുണ്ട്.

ജിന്നുകൾ തന്റെ കൂട്ടുകാരാണെന്നും ആരെയെങ്കിലും സഹാ യിക്കാനോ സന്തോഷിപ്പിക്കാനോ അല്ലാതെ കൺകെട്ട് വിദ്യ താൻ പ്രയോഗിച്ചിട്ടില്ലാ എന്നും വായിപ്പിക്കാൻ പ്രേരിപ്പിക്കാത്ത ഒരു മനസും വായിക്കാറില്ലെന്നും തങ്ങൾ ഭാവനയോട് പറയുന്നുണ്ട്.

ഖയാലുദ്ദീൻ തങ്ങളും ഭാവനയും ഈ നോവലിൽ പൊളിക്കു

ന്ന യഥാർത്ഥ ഖബർ മതത്തിന്റെ പേരിൽ നടക്കുന്ന അനീതികളുടേത് കൂടിയാണ്. അത് അവതരിപ്പിക്കാൻ ചില കുടുംബപുരാവൃത്തങ്ങൾ നോവലിൽ അവതരിപ്പിക്കുന്നുണ്ട്. യോഗീശ്വരനമ്മാവൻ, കാക്കശ്ശേരി ഭട്ടതിരിപ്പാട്, മൂത്തോള്, ഇളയോള്, ഇവരുൾപ്പെടുന്ന മിത്തുകളിലാണ് ഈ നോവൽ കെട്ടിപ്പടുത്തത്.

ഭാവനയുടെ കുടുംബ പുരാവൃത്തത്തിലാണ് യോഗീശ്വരനമ്മാവൻ നിലകൊള്ളുന്നത്. യോഗീശ്വരനമ്മാവനെക്കുറിച്ച് ഭാവനയുടെ അച്ഛൻ പറഞ്ഞ് കൊടുക്കുന്നതും അമ്മ പറഞ്ഞ് കൊടുക്കുന്നതും വ്യത്യസ്ത കോണിൽ നിന്നുകൊണ്ടാണ്.

'അച്ഛാ ഇവിടൊരു യോഗീശ്വരനമ്മാവൻ ഉണ്ടായിരുന്നില്ലേ?' എന്ന ഭാവനയുടെ ചോദ്യത്തിന് അച്ഛൻ കൊടുക്കുന്ന മറുപടി ഇതാണ്. 'ഉണ്ടായിരുന്നോന്നോ? ഇപ്പോഴും ഉണ്ട്. ഈ കുടുംബത്തിന്റെ കാവൽതന്നെ അദ്ദേഹമാണ്.'

കുടുംബത്തിലെ മൂത്തനന്തരവൻ ഒരു ദിവസം രാവിലെ എഴുന്നേറ്റ് നോക്കിയപ്പോൾ കാശിക്ക് പോയ അമ്മാവൻ വീട്ടുമുറ്റത്ത് നിൽക്കുന്നു. കാശിക്ക്പോയ അമ്മാവന്മാരാരും ഇതുവരെ തിരിച്ച് വന്നിരുന്നില്ല. പോകുന്നവഴിക്ക് മരിക്കുകയോ മരിക്കുന്നത് വരെ കാശിയിൽ തന്നെ നിക്കുകയോ ആണ് പതിവ്. അതുകൊണ്ട് എല്ലാ അധികാരങ്ങളും ചുമതലയും അടുത്ത അവകാശികളെ ഏൽപ്പിച്ച് എല്ലാം ഉപേക്ഷിച്ച് പോവുക എന്നതാണ് രീതി. യോഗീശ്വരനമ്മാവൻ ആ പതിവ് തെറ്റിച്ച് തിരിച്ച് വന്നു. കൂടെ രണ്ട് സുന്ദരികളായ പെൺകുട്ടികളും ഉണ്ടായിരുന്നു.

'നിലം തൊടാതെ പെൺകുട്ടികളെ യോഗീശ്വരനമ്മാവൻ ഇരു ചുമലിലും ഇരുത്തിയാണ് അകത്തേക്ക് ആനയിച്ചത്. ഓല മേഞ്ഞതും ചാണകം മെഴുകിയതുമായ കിഴക്കേമുറിയിലെ കന്നിമൂലയിൽ കുട്ടികളെ കൊരണ്ടിയിട്ട് ഇരുത്തി. വിളക്കു കത്തിച്ചു വച്ചു. കഴിക്കാനെന്തുവേണമെന്നു ചോദിച്ചു. തീയും മഴയും തൊടാത്തത്. എന്ന് കുട്ടികൾ പറഞ്ഞു. യോഗീശ്വരനമ്മാവൻ ഇളനീരിടാൻ പോയി. ഇളനീരുമായി വന്നപ്പോൾ കിഴക്കേ മുറിയിൽ കന്നിമുലയിൽ കൊരണ്ടിപലകകൾ ഒഴിഞ്ഞു കിടക്കുന്നു. അദ്ദേഹം പരിഭ്രമിച്ചു. മൂത്തോളേ, ഇളയോളേ എന്ന് ഉറക്കെ വിളിച്ചു. ഉങ്ങും ചേരും താന്നിയും പുല്ലാഞ്ഞിയും പടർന്ന നട്ടുച്ചയ്ക്കും ഇരുട്ടുള്ള പനയ്ക്കാട്ട് കാട്ടിനുള്ളിൽ നിന്നും മൂത്തവൾ വിളികേട്ടു. വെൺ തേക്കിനും മാനംമുട്ടേ ഉയർന്ന ഈട്ടിക്കും ഇടയിൽ ഊഞ്ഞാൽപോലെ കിടന്ന പത്തമ്പതുകാതം നീളമുള്ള ചുണ്ണാമ്പുവള്ളിയിൽ തൂങ്ങി

യാടി ഇളയവളും വിളികേട്ടു.' അച്ഛൻ പറഞ്ഞുകൊടുക്കുന്ന കഥ ഇതാണ്. അമ്മ പക്ഷേ, ഈ കഥയിലെ അസത്യത്തെക്കുറിച്ച് ചില സൂചനകൾ നൽകുന്നുണ്ട്. അമ്മയും ഭാവനയും തമ്മിൽ നടത്തുന്ന സംഭാഷണം ഇപ്രകാരമാണ്.

'നിന്റെ അച്ഛനു പട്ടിയെ ഇഷ്ടമല്ലാത്തത് എന്തുകൊണ്ടാന്ന് അറിയാമോ?'

'തറവാട്ടിൽ വളർത്താൻ പാടില്ലെന്ന വിശ്വാസം കൊണ്ടല്ലേ?'

'യോഗീശ്വരനമ്മാവനെ മൂത്തനന്തരവൻ നടുമുറ്റത്തു കുഴിച്ചിട്ടപ്പോൾ മാന്തിയെടുത്തത് ഒരു പട്ടിയായിരുന്നു.'

'അതേതു പട്ടി?'

'കാശീന്ന് കൂടെ വന്നതാണ്. പാവം അതിന് വല്ലതും തിന്നാൻ കൊടുത്തതിന്റെ നന്ദി കാണിച്ചതാ'.

'പക്ഷേ, കുട്ടികൾ വന്നതല്ലാതെ പട്ടി കൂടെവന്ന കഥ അച്ഛൻ പറഞ്ഞില്ലല്ലോ'.

'പറയില്ലല്ലോ. കുഴിച്ചിട്ട കഥ പറഞ്ഞോ? ഇല്ലല്ലോ.'

'കുട്ടികൾ രണ്ടും ദേവികളായിരുന്നു അവരെ കുടിയിരുത്തിയിട്ട് യോഗീശ്വരനമ്മാൻ സമാധിയായി അതല്ലേ ഐതീഹ്യം.'

'പാരമ്പര്യത്തെക്കുറിച്ച് അധികം അഭിമാനിച്ചാലുള്ള കുഴപ്പം അതാണ്. എല്ലാം തുറന്ന് പറയാൻ പറ്റില്ല. അപ്പോൾ പുതിയൊരു ഐതിഹ്യം ഉണ്ടാക്കേണ്ടിവരും.' ഇങ്ങനെ ഐതീഹ്യത്തിനകത്ത് കുഴിച്ച് മൂടപ്പെട്ട സത്യങ്ങളെക്കുറിച്ച് അമ്മയുടെ വാക്കുകളിൽ നിന്നും ഭാവനക്ക് സൂചനലഭിക്കുന്നുണ്ട്.

ചെയ്തുപോയ ചതിയുടേയോ വഞ്ചനയുടേയോ അനീതിയുടേയോ നീതിയുടേയോ ഭാഗമായാണ് സമൂഹത്തിലെ ഒരോമിത്തും രൂപപ്പെട്ടിട്ടുള്ളത്. ഇവിടെയും അങ്ങനെ തന്നെ. ഭാവന തുടർന്ന് അന്വേഷിക്കുന്നത് കാക്കേശ്ശേരിത്തറവാടിനെ കുറിച്ചാണ്. അത് കാക്കകളെ തിരിച്ചറിയാൻ കഴിവുള്ള നമ്പൂതിരിമാരുടെ കുടുംബമാണ്. കാക്കശ്ശേരി ഭട്ടതിരിപ്പാട് അദ്ദേഹത്തിന്റെ പാണ്ഡിത്യംകൊണ്ട് വിദേശബ്രാഹ്മണരെ ജയിക്കാൻ വേണ്ടി ജനിച്ചവനാണ്. അദ്ദേഹത്തിന്റെ പാണ്ഡിത്യത്തെ മറികടക്കാൻ ആരുണ്ടായിരുന്നില്ല. ഒടുവിൽ കാക്കശ്ശേരി ഭട്ടതിരിപ്പാട് വിദേശിയില്ലെന്നും സ്വദേശിയില്ലെന്നും അപരനില്ലെന്നും ഞാൻ ഇല്ലെന്നും കണ്ടെത്തുന്നു. എല്ലാ മനുഷ്യരും ഒന്നാണെന്ന ദർശനത്തിലെത്തുമ്പോൾ അത് സമുദായത്തിന്റെ ആഭിജാത്യത്തിന് കളങ്കമുണ്ടാക്കുമെന്ന് ഭയന്ന് ബ്രാഹ്മണ സമുദായം ഭട്ടതിരിപ്പാടിനെ ഭ്രഷ്ട്കൽപിക്കപ്പെടു

കയും കാക്കേശ്ശേരി ഭട്ടതിരിപ്പാട് നാട് വിടുകയും ചെയ്യുന്നുണ്ട്. അന്നത്തെ രാജാവ് കച്ചവടക്കാരായ ജോനകന്മാർക്ക് ആ കാക്കശ്ശേരി വീട് കൊടുക്കുന്നു. അങ്ങനെയാണ് ജോനകന്മാർക്ക് കാക്കശ്ശേരി എന്ന കുടുംബനാമം ലഭിക്കുന്നത്. അതിലെ ഒരു അംഗമാണ് കാക്കശ്ശേരി ഖയാലുദ്ദീൻ തങ്ങൾ. കേരളചരിത്രത്തിന്റെ ചില ഏടുകൾ ഇവിടെ സൂചിതമാകുന്നുണ്ട്. ജോനകന്മാർ ആരാണെന്ന ഭാവനയുടെ ചോദ്യത്തിന് അമ്മ കൃത്യമായ ഉത്തരം കൊടുക്കുന്നുണ്ട്.

മുഹമ്മദീയൻ, തുർക്കിക്കാരൻ, യവനൻ എന്നൊക്കെയാണ് വാക്കിന്റെ അർത്ഥം ഒരു കാലത്ത് മറ്റു രാജ്യങ്ങളിൽ നിന്നുവന്ന കച്ചവടക്കാർക്കു പൊതുവായി പറഞ്ഞപേരാണ് ജോനകൻ. ടിപ്പുസുൽത്താന്റെ പടയോട്ടക്കാലത്ത് മതം മാറ്റിയവരെ വടക്കൻ ജില്ലകളിൽ ജോനകരെന്നു വിളിക്കാറുണ്ട് എന്നൊക്കെ വിശദീകരിച്ച് പറഞ്ഞ് കൊടുക്കുന്നുണ്ട്.

കാക്കശ്ശേരി തങ്ങൾമാർക്ക് ജിന്ന് സേവയും മന്ത്രവാദവും ഉണ്ടെന്നും ആ മന്ത്രവാദം ജിന്നിന്റെ സഹായത്തോടുള്ളതാണെന്നും പറയുന്നുണ്ട്. പിന്നെ വരുന്ന മിത്ത്, കാക്കശ്ശേരി തങ്ങളുടെ വിശ്വാസപ്രകാരമുള്ളതാണ്. പ്രശ്നഭൂമിയിലെ ഖബറിടം. ചേരമാൻ പെരുമാളിനോടൊപ്പം മക്കയിൽപോയി ഇസ്ലാംമതം സ്വീകരിച്ച് മടങ്ങിവന്ന ഹസൻകോയയുടെ ഖബറാണതെന്ന് ഖയാലുദ്ദീൻ തങ്ങൾ കോടതിയിൽ പറയുന്നുണ്ട്.

ഈ മിത്തുകളുടെ പരസ്പരബന്ധവും അതിലെ ചരിത്രസൂചനയും ഭാവന തിരിച്ചറിയുന്നത് നോവലിന്റെ അവസാനത്തിലാണ്. ഒക്ടോബർ രണ്ടിന് ഖയാലുദ്ദീൻ തങ്ങളെ കാണാൻ വൈകിയപ്പോൾ അയാളെ അന്വേഷിക്കാൻവേണ്ടി മാത്രം വെറുതെ ഖബർകേസിനെ കുറിച്ച് അഡ്വക്കറ്റ് കൃഷ്ണനോട് ചോദിച്ചപ്പോൾ അയാൾ പറയുന്നത് ഇപ്രകാരമാണ്. 'അത് കാക്കശ്ശേരിക്കാരുടെ ആരുമല്ല. ആ ഭാഗത്തുനിന്ന് ആദ്യമായി ഇസ്ലാംമതം സ്വീകരിച്ച ഒരു കാരണവരുണ്ടായിരുന്നു. അങ്ങേരു മതം മാറി തിരിച്ചുവന്നപ്പോൾ അനന്തരോന്മാരു കുഴിവെട്ടി മൂടി. ചോദിച്ച് വരുന്നോരോടൊക്കെ അമ്മാവൻ കാശിക്കുപോയെന്നും പറഞ്ഞു. വെളുപ്പിനെ നടുമുറ്റം കുഴിക്കണത് പനവെട്ടാൻ കയറിയ ഒരാൾ കണ്ടു. അയാളതു പാടത്തു പണിക്കുനിന്ന ചെറുമയോടു പറഞ്ഞു. അവരു പറഞ്ഞുകേട്ട് തങ്ങൾമാരുടെ പൂർവികൻ അതറിഞ്ഞു.'

തങ്ങൾമാരുടെ പൂർവ്വികൻ എന്നു പറഞ്ഞാൽ ജോനകരാണെ

ന്നും കൃഷ്ണൻ വ്യക്തമാക്കുന്നുണ്ട്. പിന്നീട് പറയുന്നതിൽ നോവലിന്റെകത്തെ മിത്തിലെ ചരിത്രചുരുളുകൾ കൂടുതൽ നിവരുന്നത് കാണാം. തുർക്കീന്നു കച്ചവടത്തിനു വന്ന തങ്ങളുടെ സൗന്ദര്യം കണ്ട് ഈ കാരണോരുടെ കുടുംബത്തിലെ ഒരു നായർ സ്ത്രീ മതംമാറി കൂടെ ഇറങ്ങിച്ചെന്നു. അപ്പോൾ നായൻമാരു ബഹളമുണ്ടാക്കി. പക്ഷേ, രാജാവു തുർക്കിക്കാരൻ ഉപ്പൂപ്പാന്റെ കൂടെയാ നിന്നത്. അതു കഴിഞ്ഞപ്പഴാ കാരണോരു മതം മാറി തിരിച്ചുവന്നത്. അമ്മാവനെ കുഴീലിട്ടു മൂടിയ വിവരം അറിഞ്ഞ ഈ തുർക്കിക്കാരന്റെ ഭാര്യ കരഞ്ഞു. തുർക്കിക്കാരൻ രാജാവിനോടു പറഞ്ഞ് കുഴി മാന്തി മയ്യത്തു പുറത്തെടുത്ത് ഇസ്ലാം രീതിയിൽ സംസ്കരിച്ചു. അതാണ് തർക്കവിഷയമായ ഖബർ. കാക്കരക്കുന്ന് ദേവീക്ഷേത്രത്തിന്റെ പുനരുദ്ധാരണത്തിന് സംഭാവന പിരിക്കാൻ വരുന്ന അച്ഛൻ യോഗീശ്വരനമ്മാവന്റെ കൂടെ വന്ന രണ്ട് പെൺകുട്ടികളിൽ ഇളയവളാണതെന്ന് പറയുന്നുണ്ട്.

'മൂത്തവളേ ഇളയവളേ എന്നുറക്കെ വിളിച്ചു. മൂത്തവളു വിളികേട്ടതു നമ്മുടെ പനയ്ക്കുട്ടു കാവിനകത്തെ യക്ഷിപ്പാലേന്ന്. ഇളയവളു വിളികേട്ടത് ഒരമ്പതു കാതം ദൂരെ ജോനകന്റെ വീട്ടിലെ ചെമ്പിനടീന്ന്. അന്നു ചെമ്പിനടീലിരുന്നു വിളികേട്ട ദേവിയാണ് കാക്കര ദേവി'. ഇത്തരത്തിൽ മിത്തിൽ നിന്നും ചരിത്ര സൂചനകൾ ലഭ്യമാകുന്നുണ്ട്. മതം മാറ്റവും അതിനോടനുബന്ധിച്ച് നടന്ന ശിക്ഷാനടപടികളും അനീതിയും പിന്നീടുണ്ടാക്കിയിട്ടുള്ള കുറ്റബോധത്തിൽ നിന്നോ ഭീതിയിൽ നിന്നോ ന്യായീകരണത്തിൽ നിന്നോ ആണ് യോഗീശ്വരനമ്മാവന്റെയും പെൺകുട്ടികളുടെയും മിത്ത് രൂപപ്പെടുന്നത്.

ഭാവന, താനും ഖയാലുദ്ദീൻ തങ്ങളും ഒരേ വേരിൽ നിന്നും പൊട്ടിമുളച്ച ശാഖകളാണെന്നുള്ള തിരിച്ചറിവിലെത്തുന്നു. മനുഷ്യസമൂഹത്തിന്റെ വേരുകൾ മണ്ണിനടിയിൽ കെട്ടുപിണഞ്ഞു കിടക്കുന്നു എന്നതിലൂടെ കാക്കശ്ശേരി ഭട്ടതിരി കണ്ടെത്തിയ നിലപാടിലേക്ക് എഴുത്തുകാരി ഇവിടെ അടിവരയിടുന്നുണ്ട്. മതങ്ങൾ തമ്മിലുള്ള അസഹിഷ്ണുത മിത്തിൽ സൂചിപ്പിക്കപ്പെട്ടത് എ.ഡി. എട്ടാം നൂറ്റാണ്ടിലെതാണെങ്കിൽ വർത്തമാനകാലത്തിന്റെ മത അസഹിഷ്ണുത വെളിവാക്കുന്ന ഒരു അനുഭവം കാക്കശ്ശേരി ഖയാലുദ്ദീൻ തങ്ങൾ ഭാവനയോട് പങ്കുവെക്കുന്നുണ്ട്. 'അകമേ ഞാൻ ഇതൊന്നുമല്ല. ഒരു കലാപം അനുഭവിച്ചവനാണ്. വലിയൊരു ജനക്കൂട്ടം ഉടുതുണി പിടിച്ചഴിച്ച് നിങ്ങളുടെ ജനനേന്ദ്രിയം നോ

ക്കി നിങ്ങളാരാണെന്നു നോക്കുന്ന ഒരു നിമിഷമുണ്ടല്ലോ അത് അനുഭവിച്ച ഒരുത്തനും ഹിന്ദുവാകട്ടെ മുസ്ലിംമാകട്ടെ ഒരാളായി തുടരില്ല.' ഇത് കേൾക്കുന്ന സമയത്ത് ഭാവന ഭയപ്പെടുകയും അതുവരെ സ്ത്രീയും പുരുഷനും മാത്രമായിരുന്ന അവർ ഹിന്ദുവും മുസ്ലിമുമായി മാറുന്നതായി തോന്നുകയും ചെയ്യുന്നു. ഹിന്ദുമുസ്ലീം സംഘർഷത്തിന്റെ വർത്തമാനകാല രാഷ്ട്രീയമാണ് ഇവിടെ എഴുത്തുകാരി അവതരിപ്പിക്കുന്നത്.

ഭാവന സച്ചിദാനന്ദന്റെ അബോധമനസിൽ കുടികൊണ്ട ആദിപ്രരൂപമാണ് മൂത്തവളും ഇളയവളും. അമ്മയുടെ ഗർഭാശയത്തിൽ ഭാവനക്കൊപ്പം ഒരു കുട്ടികൂടി ഉണ്ടായിരുന്നെന്നും ഭാവനമാത്രമേ ജീവനോടെ ജനിച്ചുള്ളൂ എന്നും ബന്ധുക്കൾ പറഞ്ഞ് ചെറുതിലെ അവൾ അറിയുന്നുണ്ട്. അതിനിടയിൽ ആരോ മറ്റേകുട്ടിയെ ഗർഭപാത്രത്തിലിരിക്കെ ഭാവന തിന്നു എന്നും കളിയാക്കുന്നത് കുട്ടിയായ ഭാവനയുടെ മനസിനെ വല്ലാതെ ഉലക്കുന്നുണ്ട്. അത് സത്യമാണോ എന്ന് മുതിർന്നപ്പോൾ വരെ അവർ അന്വേഷിക്കുകയും ചെയ്യുന്നുണ്ട്.

'മേഡം, പാലമരത്തിൽ തറയ്ക്കപ്പെട്ട മൂത്തോളും ചെമ്പു കമഴ്ത്തിയതിന് അടിയിൽപ്പെട്ട ഇളയോളും തമ്മിൽ കണ്ടുമുട്ടിയെന്നിരിക്കട്ടെ, ചേച്ചി അനിയത്തിയെ പേടിക്കുമായിരുന്നോ? അനിയത്തി ചേച്ചിയെ വെറുക്കുമായിരുന്നോ?' എന്ന് ഖയാലുദ്ദീൻ തങ്ങൾ ചോദിക്കുന്നിടത്ത് ഇത് രണ്ടും ഭാവനയുടെ ഉള്ളിലെ ഭാവനയാണെന്ന് മനസ്സിലാക്കാം.

ഒരു പ്രത്യേക സന്ദർഭത്തിൽ ഭാവന തന്നെ ഭാവനയെ മൂത്തോളും അദ്വൈതിനെ ഇളയോളും ഖയാലുദ്ദൻ തങ്ങളെ യോഗീശ്വരനമ്മാവനുമായി സങ്കൽപ്പിക്കുന്നുണ്ട്. ഭാവനയും പ്രമോദുമായുള്ള ബന്ധം മൂത്തോളോടും ഖയാലുദ്ദീൻ തങ്ങളും ഭാവനയുമായുള്ള ബന്ധം ഇളയോളോടും താതാത്മ്യം പ്രാപിക്കുന്നു. ഇത് ഭാവനയുടെ അബോധത്തിൽ നടക്കുന്ന പ്രക്രിയ കൂടിയാണ്. ചെറുതിലേ താൻ ഒന്നല്ല രണ്ടാണെന്നുള്ള ഉറച്ച വിശ്വാസം ഭാവനക്ക് ഉണ്ട്. ഖയാലുദ്ദീൻ തങ്ങളിലൂടെ അബോധത്തിലെ ആ സംഘർഷത്തെ ഭാവന പരിഹരിക്കുകയും പരിചയിക്കുകയുമാണ് ചെയ്യുന്നത്. 'മാഡം നിങ്ങൾ ഒരാളല്ല രണ്ടുപേരാണ്. നാഗങ്ങളെ ആഭരണമാക്കിയ ഒരുവളും വള്ളിയാൽ തൂങ്ങി ആകാശത്ത് ഊഞ്ഞാലാടുന്ന മറ്റൊരുവളും.' ഒന്ന് സ്ത്രീയുടെ രൗദ്രഭാവത്തെയും മറ്റൊന്ന് അവൾ ആഗ്രഹിക്കുന്ന വിശാലമായ ആകാശത്തെയും പ്രതിനി

ധാനം ചെയ്യുന്നു.

സമകാലിക രാഷ്ട്രീയസംഭവങ്ങളെയും ചരിത്രസൂചനകളെയും ഈ നോവലിൽ ബോധപൂർവ്വം തന്നെ മികച്ച സൗന്ദര്യബോധ ത്തോടെ കൊണ്ടുവരാൻ കെ. ആർ. മീരക്ക് കഴിഞ്ഞിട്ടുണ്ട്. ഇവിടെ മിത്തിലെ മൂത്തോൾ അമ്മയും ഇളയോൾ മകൾ ഭാവനാ സച്ചിദാ നന്ദനും, യോഗീശ്വരനമ്മാവൻ ഖയാലുദ്ദീൻ തങ്ങളും അനന്തിര വൻ അച്ഛനും ആയി വർത്തമാനകാലത്തിൽ കുടുംബപുരാവൃത്തം ആവർത്തിക്കപ്പെടുന്നു. യഥാർത്ഥത്തിൽ ഇത് രാജ്യത്തിന്റെ തന്നെ സാമൂഹിക, സാമുദായിക രാഷ്ട്രീയത്തെ ഉൾകൊള്ളുന്നുണ്ട്. ഒരു കുടുംബചരിത്രത്തിന്റെ ആവിഷ്കരണത്തിലൂടെയാണ് എഴുത്തുകാ രി അത് സാധ്യമാക്കുന്നത്. നീതി ലഭ്യമാകുന്നതും നഷ്ടപ്പെടുന്ന തുമായ ഇടങ്ങളെ നമുക്കിവിടെ കാണാം. അനീതിയുടെ കെട്ടകാ ലത്തിന്റെ നേർചിത്രമായും വായിച്ചെടുക്കാം. കുഴിച്ച് മൂടപ്പെട്ട സത്യങ്ങളാകുന്ന ഖബറുകളുടെ പൊളിച്ചെഴുത്ത് തന്നെയാണ് എഴുത്തുകാരി ഇവിടെ സാധ്യമാക്കുന്നത്.

ഡോ. നജ്മു. കെ

കണ്ണൂർ ജില്ലയിൽ കുഞ്ഞിമംഗലം സ്വദേശി. തളിപ്പറമ്പ സർ സയ്യിദ് കോളേജിൽ മലയാളവിഭാഗത്തിൽ അസിസ്റ്റന്റ് പ്രൊഫസർ, മലയാളസാഹിത്യത്തിൽ കണ്ണൂർ സർവ്വകലാശാലയിൽ നിന്ന് ഗവേഷണം പൂർത്തിയാക്കി. മാപ്പിളപാചക സംസ്കാരം മലബാറി നെ അടിസ്ഥാനമാക്കിയുള്ള പഠനം, വായനയുടെ അർത്ഥാന്തര ങ്ങൾ, വിമർശനപാഠങ്ങൾ എന്നീ പുസ്തകങ്ങൾ പ്രസിദ്ധീകരിച്ചി ട്ടുണ്ട്.

Email : najmuk1@gmail.com

❍❍

ഓർമ്മയുടെ നാനാർത്ഥങ്ങൾ

ഡോ. മെറിൻ ജോയ്

'**അ**ച്ഛനൊരിക്കൽ രാധികയെ വഴിയിൽ മറന്നു. അവൾക്കന്ന് പത്തു വയസ്സ്'. അവിടെ നിന്നാണ് 'ആ മരത്തെയും മറന്നു മറന്നു ഞാൻ' എന്ന നോവൽ കെ.ആർ. മീര ആരംഭിക്കുന്നത്. പത്തുവയസ്സുള്ള മകളെ വഴിയിൽ മറന്ന് അച്ഛൻ പോയത്, പെരുവഴിയമ്പലം എന്ന ബാറിൽ കയറി മദ്യപിച്ച് പൈങ്കുളം പാർവ്വതിയെന്ന അഭിസാരികയൊത്ത് രമിക്കാനാണ്. 'വായനക്കാരെ നിലംപരിശാക്കുന്ന തുടക്കം'. എന്നാണ് എം. മുകുന്ദൻ നോവലിന്റെ തുടക്കത്തെക്കുറിച്ച് പറയുന്നത്. വൈകാരികതയെ ഏറ്റവും ലളിതമായി ആവിഷ്ക്കരിക്കുന്ന ഈ രീതി തന്നെയാണ് നോവലിലുടനീളം തുടരുന്നത്. അച്ഛൻ മറന്ന ആ പത്തുവയസ്സുകാരി ഒരു മരംവെട്ടുകാരനാൽ പീഡിപ്പിക്കപ്പെടുന്നു. മരംവെട്ടുകാരന്റെ കണ്ണുവെട്ടിച്ച് പൊതുനിരത്തിലൂടെ അമ്മയെ വിളിച്ച് കരഞ്ഞ് ഉടുതുണിയില്ലാതെ ഓടുന്ന ആ പത്തുവയസ്സുകാരിയുടെ ചിത്രം രാധികയെ ഭ്രാന്തുപിടിപ്പിക്കുന്ന ഓർമയാണ് 'ചില നേരത്ത് ഒരു മിന്നൽ പോലെ ആ ഓർമ്മ വന്നിടിച്ചുവീഴ്ത്തും'. ഓർമയെ നോവലിൽ ആഖ്യാനം ചെയ്യുന്ന വിധങ്ങൾ പലതാണ്. നിറങ്ങളിലൂടെ, ഗന്ധങ്ങളിലൂടെ, ശബ്ദങ്ങളിലൂടെ, മറവികളിലൂടെയെല്ലാം ഓർമകളെ അതിശക്തമായ ആഖ്യാനസാധ്യതകളായി നോവൽ ഉപയോഗപ്പെടുത്തിയിരിക്കുന്നു. ക്രിസ്റ്റി എന്ന കാമുകൻ, അജിത്ത് എന്ന ഭർത്താവ്, രാധികയെ മറന്ന അച്ഛൻ, പീഡിപ്പിച്ച മരംവെട്ടുകാരൻ ഇവരാലെല്ലാം മുറിവേൽപ്പിക്കപ്പെട്ട രാധികയിൽ, മറവിയും ഓർമയും തമ്മിലുള്ള വൈരുദ്ധ്യങ്ങളുടെ സന്ദിഗ്ദതകൾ നിറയുന്നു.

ഓർമ്മയുടെ ആഖ്യാനങ്ങൾ

മറവികളെ അതിസൂക്ഷ്മമായി ഓർത്തെടുക്കുന്ന രാധികയിലൂ

ടെ നോവൽ ഓരോ വാക്കുകളിലും കുരുക്കുകൾ തീർത്തിടുന്നുണ്ട്. 'ഓർമയിൽ രാധിക വിവശയായി', 'രാധിക വർത്തമാനത്തിലേക്ക് വീണു'.

'ഒറ്റയടിക്ക് ആ ഓർമ്മയും തിരിച്ചുവന്നു, മറക്കപ്പെട്ട ഒരുവളുടെ ദൈന്യത',

' അച്ഛന് മകളെ വഴിയിൽ മറക്കത്തക്കവിധം അഭികാമ്യമായ സ്ത്രീയാണ് അവരെന്ന ഓർമ അവളെ എരിപൊരി കൊള്ളിച്ചു',

'വീണ്ടുമൊരു പത്തുകൊല്ലത്തിനു ശേഷം ആ സംഭവം ക്രിസ്റ്റിയോട് വിവരിച്ചപ്പോൾ രാധികയ്ക്ക് തന്റെ ഓർമ്മശക്തിയിൽ മതിപ്പും അഭിമാനവും തോന്നി',

'അവൾ കണ്ണുകളടച്ച് അജിത്തിനെ ഓർത്തു. പക്ഷേ അയാളുടെ മുഖം അവൾക്ക് ഓർമ വന്നില്ല. ഓർമ വന്നത് ക്രിസ്റ്റിയുടെ മുഖം',

'വൈദ്യുതാഘാതമേറ്റ് രാധിക ഭൂതകാലത്തിലേക്ക് തെറിച്ചു'.,

'രാധികയുടെ ശരീരത്തിലൂടെ വൈദ്യുതി പാഞ്ഞു, ഓർമ മറഞ്ഞു'. ഇങ്ങനെ ഓർമ, മറവിയുടെ തുടർച്ചയായി നോവലിലുടനീളം അദൃശ്യമായ ഒരു കഥാപാത്രമായി സഞ്ചരിക്കുന്നു. ഓർമയുടെ തുടർച്ചകളായി മറവി, കാമം, ഭ്രാന്ത് എന്നിവ രൂപാന്തരപ്പെടുന്നു. ഓർമകളെ ആഖ്യാനം ചെയ്യുന്നത് നിറങ്ങളുടെയും ഗന്ധങ്ങളുടെയും ബിംബങ്ങളുടെയും സാധ്യതകളിലൂടെയാണ്.

'നിറങ്ങൾ'

രാധികയിൽ കുട്ടിക്കാലത്തിന്റെ നിറമായി ചുവപ്പും മഞ്ഞയും നിറങ്ങൾ ആവർത്തിക്കപ്പെടുന്നു. 'അവൾ കുട്ടിക്കാലത്തേക്ക് എടുത്തെറിയപ്പെട്ടു. പത്തുവയസ്സ്. ചുവന്ന ഫ്രില്ലുവെച്ച മഞ്ഞയുടുപ്പ്'. കുട്ടിക്കാലത്തെ രാധിക ഓർത്തെടുക്കുന്നത് ആ ഉടുപ്പിന്റെ വർണങ്ങളിൽ നിന്നുകൊണ്ടാണ്. നഗരത്തിലെ ചിത്രരചനാമത്സരത്തിൽ പങ്കെടുക്കാൻ അച്ഛനോടൊപ്പം പുറപ്പെട്ട പത്തുവയസ്സുകാരിയെ അമ്മ ഒരുക്കിവിട്ടത് അങ്ങനെയായിരുന്നു. 'അമ്മ അവൾക്ക് ചുവന്ന ഫ്രില്ലുവച്ച മഞ്ഞയുടുപ്പിടുവിച്ചു. മുടി രണ്ടായി മെടഞ്ഞ് മടക്കിക്കെട്ടി'. അവൾ വരച്ച ചിത്രത്തിന് രണ്ടാം സമ്മാനം കിട്ടി. 'പട്ടണത്തിലെത്തിയ കുട്ടി' എന്ന വിഷയത്തിന് അവൾ വരച്ചത് അവളെത്തന്നെയായിരുന്നു. അച്ഛന്റെ പിന്നാലെ തലകുനിച്ചു നടക്കുന്ന അവളെത്തന്നെ അവൾ വരച്ചു. ക്രിസ്റ്റിയോട് രാധിക ആ ദിവസത്തെക്കുറിച്ച് ഓർത്തെടുത്ത് പറയുന്നുണ്ട്. അതിസൂക്ഷ്മ വിവര

ണങ്ങളിൽ നിറങ്ങളുടെ ഭാഷ്യം ചമയ്ക്കുന്നു.

'ചായപ്പെട്ടിയും വെള്ളമെടുക്കാനുള്ള സ്റ്റീൽ ഗ്ലാസ്സും മുനകൂർപ്പിച്ച നാല് എച്ച്.ബി പെൻസിലുകളും ഒരു ബ്ലെയ്ഡും അറ്റം തേഞ്ഞ ഒരു റബ്ബറും സൂക്ഷിച്ച പച്ച പ്ലാസ്റ്റിക് പെൻസിൽ ബോക്സുമുണ്ടായിരുന്ന ഒരു ചുവന്ന പ്ലാസ്റ്റിക് കവർ അവൾ കയ്യിൽ പിടിച്ചിരുന്നു'. ചിത്രകാരിയായിരുന്ന രാധികയുടെ കുട്ടിക്കാലത്തിന്റെ നിറങ്ങൾ മുഴുവൻ കടുംവർണ്ണക്കൂട്ടുകളായിരുന്നു. അച്ഛൻ ഉപേക്ഷിച്ച രാത്രിയെ രാധിക ഇങ്ങനെ ഓർത്തെടുക്കുന്നു,

'അഴുക്കുപിടിച്ച വെയിറ്റിങ് ഷെഡ്. പൊട്ടിപ്പൊളിഞ്ഞ് ഓട. കറുത്ത് നാറുന്ന വെള്ളം. മൂത്രത്തിന്റെ ദുർഗന്ധം. പിന്നിൽ പൊളിഞ്ഞുവീണ ചുവരിൽ നമ്മുടെ സ്ഥാനാർത്ഥിക്ക് വോട്ട് ചെയ്യുക എന്ന നീല നിറത്തിലെ ചുവരെഴുത്ത്'.

വർഷങ്ങൾക്കു ശേഷം രാധിക ക്രിസ്റ്റിയെ കാണുമ്പോൾ രാധികയെ അടയാളപ്പെടുത്തുന്നതും നിറങ്ങളിലൂടെത്തന്നെയാണ്. ബക്കറ്റിൽ നിന്ന് തുണികളെടുത്ത് അയയിലിടുന്ന രാധികയിൽ നിന്നും വസ്ത്രങ്ങൾ വാങ്ങി ക്രിസ്റ്റി. ഓരോ തുണിയായി പിഴിഞ്ഞ് അയയിൽ വിരിക്കുന്നു. ഓർമകളെ മറ്റൊരു തലത്തിൽ ആഖ്യാനം ചെയ്തുകൊണ്ടാണ് വർഷങ്ങൾക്കുശേഷം കടന്നുവരുന്ന ക്രിസ്റ്റി കഴിഞ്ഞുപോയ ജീവിതത്തിലെ അഴുക്കുകൾ ഓരോന്നും കഴുകി ഉണക്കാനുള്ള ശ്രമം പോലെ അയയിലെ തുണികൾ നിവർത്തിയിടുന്നത്.

'അവൾ കഴിഞ്ഞ ദിവസം കോടതിയിലിട്ട കറുത്ത ബ്ലൗസ്, വെള്ള അടിപ്പാവാട, അജിത്തിന്റെ ഷർട്ട്, കൈലി, അവളുടെ നീലയിലകൾ ചിതറിയ മഞ്ഞവോയിൽ സാരി'.

രാധികയുടെ ജീവിതത്തിലെ സ്വകാര്യനിമിഷങ്ങളിലെല്ലാം, കാമുകനോടൊപ്പവും ഭർത്താവിനോടൊപ്പവുമുള്ള നിമിഷങ്ങളിലെല്ലാം ആ ചുവന്നഫ്രില്ലുവെച്ച മഞ്ഞയുടുപ്പും മരംവെട്ടുകാരനും ഒരു ദു:സ്വപ്നമായി കടന്നുവരുന്നുണ്ട്. നോവലിന്റെ അവസാനഭാഗത്തിൽ അഞ്ചു നിലകളുള്ള ലോഡ്ജിന്റെ ടെറസ്സിൽ നഗ്നയായ രധികയെ പൂട്ടിയിട്ട് താഴെ അലക്കുകല്ലിൽ അവളുടെ വസ്ത്രങ്ങൾ അലക്കുന്ന ഉന്മാദിയായ ക്രിസ്റ്റിയിലൂടെയാണ് നോവൽ അവസാനിക്കുന്നത്.

'ലോഡ്ജിന്റെ പിന്നാമ്പുറത്തെ അലക്കുകല്ലിൽ അയാൾ അവളുടെ വസ്ത്രങ്ങൾ അടിച്ചുനനച്ചു. അവളുടെ വെള്ളസാരി, കറുപ്പ് ബ്ലൗസ്, വെള്ള അടിപ്പാവാട, കറുപ്പ് അടിവസ്ത്രങ്ങൾ. അയാൾ

ഓരോന്നും നനച്ചു പിഴിഞ്ഞ് അഴയിൽ വിരിച്ചിട്ടു'. കറുപ്പിലും വെളുപ്പിലും കലരുന്ന വർണങ്ങളിൽ നോവൽ അവസാനിക്കുന്നു.

ബിംബങ്ങൾ

മരം

മരം ഒരു പ്രധാന ബിംബമായി നോവലിൽ ആവർത്തിക്കപ്പെടുന്നു. 'മിന്നലേറ്റ മരംപോലെയായിരുന്നു അത്, ആ ബന്ധം. അവളിൽ ആഴത്തിൽ വേരുപിടിച്ചിരുന്നു. എന്നിട്ടും നിമിഷം കൊണ്ട് അതിന്റെ കാതൽ കരിഞ്ഞു. പിറ്റേന്നു മുതൽ അതിന്റെ വേരുകൾ വെള്ളം കുടിക്കുന്നത് അവസാനിപ്പിച്ചു. അതിന്റെ ഇലകൾ പ്രകാശം ഭക്ഷിക്കുന്നത് അവസാനിപ്പിച്ചു. വളരെ സ്വാഭാവികമായി അത് കടപുഴകി വീണു'. ഒരു പ്രണയകാലത്തിന്റെ പര്യവസാനമായി രാധിക ക്രിസ്റ്റിയെ ഓർത്തെടുക്കുന്നത് ഈ വിധമാണ്.

ക്രിസ്റ്റിയോട് രാധിക ആ പത്തുവയസ്സുകാരിയെ ഓർത്തെടുത്ത് പറയുന്നതിനെ നോവൽ ആഖ്യാനം ചെയ്യുന്നത് 'ഒരു വിത്തിൽ നിന്ന് ആദ്യത്തെ വേരും ആദ്യത്തെ ഇലയും പൊടിക്കുന്നതു പോലെ, പിന്നീട് തായ് വേരിൽ നിന്ന് വേരുപടലം നാലുപാടും പരക്കുംപോലെ അവൾ ഓർമയുടെ വലിയ വന്മരം സൃഷ്ടിച്ചെടുത്തു'.

ആ പത്തുവയസ്സുകാരിയെ ഓർമപിശകുകളില്ലാതെ വിവരിക്കുന്ന രാധിക തന്റെ ദുഃഖത്തെ അടക്കിവക്കാൻ പറയുന്ന വാക്കുകൾ ഇപ്രകാരമാണ്, 'കണ്ണീരിന്റെ വഴി ബ്ലോക്കാണ്. ഒരു മരം കുറുകെ വീണു കിടക്കുന്നു '. മരങ്ങൾ പ്രണയത്തിന്റെയും പ്രണയനഷ്ടത്തിന്റെയും മാത്രമല്ല ഭയത്തിന്റെയും ബിംബമായി നോവലിൽ ആഖ്യാനം ചെയ്തിരിക്കുന്നു.

'ദൂരെയെവിടെയോ മരംവെട്ടുന്ന ശബ്ദം കേട്ടു. പാടത്തു മരങ്ങൾ അവശേഷിച്ചിരുന്നില്ല. ഇല്ലാത്ത മരങ്ങൾ ആരാണ് വെട്ടുന്നത്? അവൾ ഭീതിയോടെ പരതി. സാവകാശം അവൾ തിരിച്ചറിഞ്ഞു. മരംവെട്ടുന്നതല്ല, ഹൃദയം മിടിക്കുന്നതാണ്'. അജിത്തുമായുള്ള ദാമ്പത്യബന്ധത്തിലേക്കും 'മരം' ഭീതിയുടെ ബിംബാഖ്യാനമായി രാധികയിലൂടെ ആവിഷ്കരിച്ചിരിക്കുന്നു.

'ഓരോ ചില്ലയായി വെട്ടിക്കളഞ്ഞ് അവസാനം തായ്ത്തടി വെട്ടുന്നതുപോലെയായിരുന്നു ആ പ്രക്രിയ. ഓരോ ചോദ്യത്തിലും അവൾക്ക് മുറിവുണ്ടായി. പൊടിച്ചുവരാൻ ആഗ്രഹിക്കുന്ന മുളകൾക്ക് വെള്ളവും വളവും അയാൾ നിഷേധിച്ചു. അങ്ങനെ അതിനെ തന്റേതാക്കി തരം കിട്ടുമ്പോഴൊക്കെ കടയ്ക്കൽ ആഞ്ഞു

വെട്ടി. മഴുവാണ് മരത്തിന്റെ സാക്ഷാത്കാരമെന്ന് വിശ്വസിച്ചു'.

സ്നേഹത്തിന്റെ ബിംബമായി 'മരം' ആവർത്തിക്കപ്പെടുന്നു. 'സ്നേഹം ഒരു വല്ലാത്ത മരം തന്നെ. ഇല വീണാലും ചില്ല വീണാലും കായ് വീണാലും മുളയ്ക്കും. പുറന്തോടുകൾ ഉണങ്ങും. അടരും കാതൽ ബാക്കി നിൽക്കും'. നോവലിൽ മറ്റൊരിടത്ത് മീര രാധികയിലൂടെ ഇങ്ങനെയൊരു വാചകം പറയുന്നുണ്ട് :

സ്നേഹം വല്ലാത്ത ഒരു മുള്ളുതന്നെ, വിഷമുള്ള്. തറയുമ്പോഴും പിഴുതെടുക്കുമ്പോഴും വേദന. തൊടുന്നിടത്തൊക്കെ വേരുകൾ അസ്ഥിയിലേക്ക് നൂഴ്ന്നിറങ്ങുന്ന വേരുകൾ. ക്രിസ്റ്റിയിൽ നിന്നും അകന്ന് അജിത്തിനോടൊപ്പമുള്ള ജീവിതത്തിലും മുറിച്ചുകളഞ്ഞ ചില്ല മരത്തിലേക്ക് തിരിച്ച് പോകില്ലെന്ന് സ്വയം വിശ്വസിക്കുമ്പോഴും ക്രിസ്റ്റിയിലേക്ക് രാധികയ്ക്ക് മടങ്ങാതിരിക്കാനാകുന്നില്ല. അത് ആരുടെ കഴിവാണ്, അല്ലെങ്കിൽ ദൗർബല്യമാണ് എന്ന് പറയാനല്ല മീര ശ്രമിക്കുന്നത്. പക്ഷേ അവർക്കങ്ങനെ ചെയ്യാതെ മറ്റൊരു നിവൃത്തിയുമില്ല എന്ന അവസ്ഥയിലേക്ക് കഥ കൊണ്ടുപോകുന്നിടത്താണ് എഴുത്തുകാരിയുടെ വിജയം.

'സ്നേഹം ഒരു വിചിത്രമായ വൃക്ഷം തന്നെ. തഴച്ചു നിൽക്കുമ്പോൾ കടപുഴകും. പട്ടുപോയെന്നു തോന്നുമ്പോൾ കായ്ക്കും. മുറിച്ചു മാറ്റിയാലും പൊട്ടിക്കിളിർക്കും'.

കണ്ണീരിന്റെ വഴിയിൽ മരം വീണുപോയ രാധിക ക്രിസ്റ്റിയോട് അവസാനഭാഗത്ത് ഇങ്ങനെ പറയുന്നു. സ്നേഹം എവിടെയും വളരുന്ന, ഒരിക്കൽ വളർന്നാൽ പിന്നെ പിഴുതുമാറ്റൽ അസാധ്യമായ ഒരു മരമായും, വേദന മാത്രം നൽകുന്ന വിഷമുള്ളായും, പ്രതീക്ഷകളെ അസ്ഥാനത്താക്കുന്ന വൃക്ഷവുമായൊക്കെ അവതരിപ്പിക്കുന്നുണ്ട് മീര നോവലിൽ. ആ വൃക്ഷത്തെ - മരത്തെ മറന്നു മറന്നു കളയാനുള്ള 'ഞാനി'ലെ സ്വത്വസംഘർഷങ്ങളാണ് രാധികയിൽ നിറയുന്നത്.

മഴ

'മഴ' ഓർക്കാനിഷ്ടപ്പെടാത്ത ബലാത്സംഗരാത്രിയുടെ ഓർമയാണ് രാധികയ്ക്ക്. 'അയാൾ ഉറങ്ങിയതും താൻ ഓടിരക്ഷപ്പെട്ടതും രാധിക പറഞ്ഞു. മഴ പെയ്തു. ചെറിയ ചാറ്റൽ മഴ. നനഞ്ഞ് എല്ലിച്ച കാലുകൾ നീട്ടിവെച്ച് അമ്മയെ വിളിച്ച് അവൾ കരഞ്ഞുകൊണ്ട് ഓടി. തെരുവുവിളക്കിനു താഴെ കെട്ടിക്കിടക്കുന്ന ചെളിവെള്ളത്തിൽ ചൊറിത്തവളകൾ ചാടി'.

പിന്നീട് ക്രിസ്റ്റിയുമായുള്ള പ്രണയത്തിന്റെ ഓർമയായി 'മഴ' യെ അവതരിപ്പിക്കുന്നുണ്ട്.

'നല്ല മഴയുള്ളപ്പോഴും കത്തുന്ന വെയിലുള്ളപ്പോഴും കടൽത്തീരത്തുപോയി. അവളുടെ മടിയിൽ തലവെച്ച് അയാൾ മണലിൽ നീണ്ടുനിവർന്നു കിടന്നു. അവർ വെയിലേറ്റ് വിയർത്തു. മഴ നനഞ്ഞു കുളിർന്നു'. പ്രണയത്തിന്റെ ഓർമകളിൽ പെയ്യുന്ന മഴ ക്രിസ്റ്റിയിലും രാധികയിലും ആവർത്തിക്കുന്നുണ്ട്. 'ആ ടെറസിൽ അവർ മഴ നനഞ്ഞു കുതിർന്നിട്ടുണ്ട്. വെയിലേറ്റു പൊരിഞ്ഞിട്ടുണ്ട്. അയാൾ നോക്കുമ്പോൾ അവൾക്ക് ഇലകൾ പൊടിച്ചു. അയാൾ തൊടുമ്പോൾ വള്ളികൾ നീണ്ടു. അയാൾ പുണരുമ്പോൾ ചെറിയ മൊട്ടുകൾ പൊട്ടിയുണരുകയും അവൾ പൂത്തുലയുകയും ചെയ്തു'. എന്നാൽ ഈ 'മഴ'കളെല്ലാം മരംവെട്ടുകാരൻ പെയ്യിച്ച മഴയും ക്രിസ്റ്റി പെയ്യിച്ച മഴയുമെല്ലാം മറക്കാനാഗ്രഹിക്കുന്ന രാധികയുടെ ജീവിതത്തിലെ കാലങ്ങളാണ്. ഒടുവിൽ ഇതേ ടെറസ്സിൽ നഗ്നയായ രാധികയെ ഉപേക്ഷിച്ച് നടന്നകലുന്ന ഉന്മാദിയായ ക്രിസ്റ്റിയുടെ യാത്രയിലാണ് നോവൽ അവസാനിക്കുന്നത്. 'മഴ' പീഡനത്തിന്റെ പെയ്ത്തായി രാധികയുടെ ജീവിതത്തിൽ ആവർത്തിക്കപ്പെടുന്നു.

കുട

അച്ഛനെ ഓർമിപ്പിക്കുന്ന ഒരു ബിംബമായി 'കുട' കടന്നുവരുന്നു. ക്രിസ്റ്റിയും അച്ഛനും രാധികയുടെ ഓർമയിൽ സദൃശ്യ മനുഷ്യരായിത്തീരുന്നു.

'പാടവരമ്പത്തുകൂടി കാലൻകുട കുത്തി അതിസാവധാനം പരാജിതഭാവത്തിൽ അയാൾ നടന്നുവന്നു. ഊന്നുവടിപോലെ കുട നിലത്ത് കുത്തി വരമ്പുമുറിച്ച് ഇടവഴിയിലേക്ക് കയറി. അപ്പോൾ അത് അച്ഛനാണെന്ന് തോന്നി. കുടയാണ് അച്ഛനെ ഓർമിപ്പിച്ചത്'. പിന്നീട് ഇതേ 'കുട' മറവികളെ കുത്തി മുറിപ്പെടുത്തുന്ന ഒന്നായി രൂപാന്തരപ്പെടുന്നു. 'ക്രിസ്റ്റിയപ്പോൾ കാലൻകുട ആഞ്ഞു നിലത്തു കുത്തി. മഴ നനഞ്ഞ് കുതിർന്ന് കിടക്കുന്ന മണ്ണിന്റെ മാറിൽ അതു തറഞ്ഞു.'

പത്തുവയസ്സുകാരിയുടെ പട്ടണത്തിലെ യാത്രയിൽ അച്ഛൻ കരുതിയ കാലൻകുടയുടെ വളഞ്ഞ പിടി വലംകയ്യിൽ വെച്ച് തിടുക്കത്തിലോടുന്ന ഓട്ടത്തിനിടയിൽ മറന്നുപോയ മകൾക്ക് 'കുട' പിന്നെയും പലതായി ആവർത്തിക്കപ്പെട്ടുകൊണ്ടിരുന്നു. രാത്രി

പെട്രോളിങ്ങിന് സൈക്കിളിൽ വന്ന പോലീസുകാർ അവളെ സ്റ്റേഷനിലേക്ക് കൊണ്ടുപോയപ്പോൾ ആ മകൾ തന്നെ ഉപേക്ഷിച്ചുപോയ അച്ഛനെ അവിടെ കാണുന്ന കാഴ്ച നോവലിൽ അടയാളപ്പെടുത്തിയിരിക്കുന്നത് ഇപ്രകാരമാണ്.

അച്ഛന് ജുബ്ബയും കസവുമുണ്ടും കാലൻകുടയും നഷ്ടപ്പെട്ടിരുന്നു. തലയുയർത്തി കുട കുത്തി സിംഹത്തിന്റെ പ്രൗഢിയോടെ നടന്നുപോയ അച്ഛൻ ലോക്കപ്പിന്റെ വെറും നിലത്ത് ഇടത്തെ കൈ വലത്തെ ചുമലിലും വലത്തെ കൈ ഇടത്തെ ചുമലിലും പിടിച്ച് കുന്തിച്ചിരുന്നു. സംരക്ഷണത്തിന്റെയും സുരക്ഷിതത്വത്തിൻറേയും നഷ്ടപ്പെടലിന്റെ പ്രതീകമായി 'കുട' ഭീതിയുടെ ബിംബമായി നോവലിൽ ആവർത്തിക്കപ്പെടുന്നു.

വസ്ത്രം

നോവൽ കൃത്യമായി വസ്ത്രത്തിലൂടെ വ്യക്തികളെ അവരുടെ അവസ്ഥകളെ വിശദീകരിക്കാൻ ഉപയോഗിക്കുന്നുണ്ട്. രാധികയുടെ ചുവന്ന ലേസ് വച്ച മഞ്ഞ ഫ്രോക്കും അച്ഛന്റെ നേർത്ത കസവുകരയുള്ള മുണ്ടും ജുബ്ബയും ക്രിസ്റ്റിയുടെ രണ്ടാംവരവിൽ വസ്ത്രങ്ങൾ അയയിലിടുന്ന രാധികയുടെ രംഗവും വസ്ത്രത്തിലൂടെ കഥാപാത്രാവതരണം സാധ്യമാക്കുന്നുണ്ട്. പിന്നീട് ഈ കഥാപാത്രങ്ങളുടെ നഗ്നതയാണ് നോവലിന്റെ കഥാപരിസരങ്ങളിൽ മുഴുവൻ നിറയുന്നത്. 'വസ്ത്ര'ങ്ങളുടെ മൂടുപടങ്ങൾക്കപ്പുറമുള്ള പച്ചയായ മനുഷ്യന്റെ നഗ്നത എന്ന യാഥാർത്ഥ്യത്തെ അവതരിപ്പിക്കാൻ മീര തെരെഞ്ഞെടുക്കുന്ന ആഖ്യാന സാധ്യതയാണ് വസ്ത്രബിംബങ്ങൾ. രണ്ടാംവരവിലെ ക്രിസ്റ്റിക്ക് രാധിക അവളെത്തന്നെ പരിചയപ്പെടുത്തുന്നത് ഇപ്രകാരമാണ്.

'ഇപ്പോൾ എല്ലിച്ച കുട്ടിയല്ല. വീട്ടമ്മ. മുപ്പത്താറു വയസ്സ്. മുഷിഞ്ഞ നനഞ്ഞ നൈറ്റി. എണ്ണ പൊത്തി വാരിക്കെട്ടിയ മുടി. കറുപ്പു വീണ കണ്ണുകൾ. പത്തുകൊല്ലത്തെ ബലാത്സംഗത്തഴമ്പുള്ള ശരീരം'. ഇതാണ് രാധികയുടെ ഇപ്പോഴത്തെ വസ്ത്രം - മൂടുപടം. രാധികയെ ബലാത്സംഗം ചെയ്ത് നഗ്നയാക്കി ഉപേക്ഷിക്കുന്ന ക്രിസ്റ്റി നോവലിൽ പലയിടങ്ങളിൽ ആവർത്തിക്കപ്പെടുന്നുണ്ട്. രിക്കൽ ജീവിതോപാധിക്കായി രാധിക സ്വയമെടുക്കുന്ന തീരുമാനത്തിൽ ഹോട്ടൽമുറിയിൽ വെച്ച് ആദ്യമായി പരിചയപ്പെടുന്ന ക്രിസ്റ്റി അവളെ ക്രൂരമായി ബലാത്സംഗം ചെയ്ത് ഉപേക്ഷിക്കുന്നു. 'അയാൾ ക്രോധം പൂണ്ടു. അവൾ ഓടാൻ ശ്രമിച്ചപ്പോൾ അയാൾ

ചുരിദാറിന്റെ ഷാൾ കൊണ്ട് അവളുടെ കൈകൾ വരിഞ്ഞുകെട്ടി നിലത്തേക്ക് തള്ളിയിട്ടു ബലാത്സംഗം ചെയ്തു. രാധിക പിടഞ്ഞു നിലവിളിച്ചു. എഴുന്നേൽക്കുമ്പോൾ അയാൾ അവളെ പുറംകാലു കൊണ്ട് തൊഴിച്ചു. അവളുടെ നഗ്നശരീരം അങ്ങനെത്തന്നെ ഉപേക്ഷിച്ച് അയാൾ വസ്ത്രം ധരിച്ച് മുറിയിൽ നിന്ന് പുറത്തു പോയി'.

മറ്റൊരു സന്ദർഭം, രാധികയെ വിവാഹം കഴിച്ച് ക്രിസ്റ്റി അമ്മയുടെ കല്ലറ കാണിക്കാനായി സെമിത്തേരിയിൽ പോകുന്ന രംഗമാണ്. 'ക്രിസ്റ്റി അക്രമാസക്തനായി. അയാൾ രാധികയുടെ വസ്ത്രങ്ങൾ വലിച്ചഴിച്ചു. തടഞ്ഞപ്പോൾ തലങ്ങും വിലങ്ങും തല്ലി. വായ് പൊത്തി കഴുത്തിനു പിടിച്ചു തള്ളിത്താഴെയിട്ടു. കിസ്റ്റി ഒരിക്കൽ കൂടി അവളെ ബലാത്സംഗം ചെയ്തു..... മഴയിൽ രാധികയുടെ ശരീരം നീറി. മഴ തോർന്നു. രാധിക കീറിയ വസ്ത്രങ്ങൾ ധരിച്ചു പുറത്തേക്കു വഴിതേടി'.

നോവൽ അവസാനിക്കുമ്പോൾ രാധിക ക്രിസ്റ്റിയുടെ ലോഡ്ജിനു മുകളിലെ ടെറസിൽ നഗ്നയായി കിടക്കുകയാണ്. വീണ്ടും രാധിക വഞ്ചിക്കപ്പെട്ടു. ക്രിസ്റ്റി അഞ്ചുനിലകൾക്കു താഴെ ലോഡ്ജിന്റെ പിന്നാമ്പുറത്തെ അലക്കുകല്ലിൽ അവളുടെ വസ്ത്രങ്ങൾ അടിച്ചു നനച്ച് തിടുക്കപ്പെട്ട് യാത്രയാകുന്നു. രാധിക ആ ടെറസിൽ നഗ്നയായി ഉപേക്ഷിക്കപ്പെടുന്നു. വസ്ത്രം നഗ്നതയുടെ അവതരണസാധ്യതകൾക്കായി മീര ഉപയോഗപ്പെടുത്തിയിരിക്കുന്നത് കാണാൻ സാധിക്കുന്നു. നിറങ്ങളിലൂടെ, അലക്കിയെടുക്കലിലൂടെയെല്ലാം വസ്ത്രത്തെ ഒരു സ്ത്രീയുടെ ജീവിതത്തിലെ കടുത്ത മാനസിക ശാരീരിക സംഘർഷങ്ങളുടെ ബിംബമാക്കി ആവിഷ്കരിച്ചിരിക്കുകയാണ്.

ഗന്ധം

രാധിക ഒറ്റയ്ക്കാകുന്നത് കിടപ്പുമുറിയിൽ വച്ച് കടന്നുവരുന്ന ഓർമയുടെ ഗന്ധങ്ങളുണ്ട്. വെട്ടുകല്ലുകൊണ്ടു കെട്ടിയ മരംവെട്ടുകാരന്റെ വീട്ടിലെ രാത്രിയുടെ ഗന്ധം ആ പത്തുവയസ്സുകാരിയിൽ ഇപ്പോഴുമുണ്ട്. 'മുറിയിൽ ഒരു തീക്ഷ്ണഗന്ധമുണ്ടായിരുന്നു; പച്ചമരത്തിന്റെ ഗന്ധം.' പിന്നീട് ഭർത്താവിനോടൊപ്പം മുറിയിൽ ഒറ്റയ്ക്കാകുമ്പോൾ രാധികയിലേക്ക് ഗന്ധത്തിന്റെ ഓർമകളാവർത്തിക്കുന്നുണ്ട്. 'മുറിയിൽ ഒരു തീക്ഷ്ണഗന്ധമുണ്ടെന്ന് രാധികയ്ക്ക് തോന്നി. പച്ചച്ചോരയുടെ ഗന്ധം'. മരംവെട്ടുകാരനെ രാധിക ഇന്നും

ഓർക്കുന്നത് ഗന്ധത്തിലൂടെയാണ്. ഗന്ധമാണോർമ്മ. 'രാധിക പറഞ്ഞുകൊണ്ടിരുന്നു. മരംവെട്ടുകാരൻ. അയാളുടെ ചുള്ളിൽ ശരീരം. ചീഞ്ഞ മരത്തിന്റെ ഗന്ധമുള്ള ശരീരം. അവൾക്ക് നൊന്തത്, മുറിഞ്ഞത്, അവൾ കരഞ്ഞത്'. രാധികക്ക് ഭൂതകാലം മുഴുവൻ നിറയുന്നത് ഭയത്തിന്റെ ഗന്ധങ്ങളാണ്. 'ഉപ്പുവെള്ളത്തിലിട്ട തടിയുടെ ഗന്ധമുള്ള അടുക്കളയിൽ അവൾ വെറും നിലത്ത് ഭിത്തിയിൽ ചാരിയിരുന്നു'. മരംവെട്ടുകാരന്റെ മുറിയുടെ ഗന്ധം ഓർമകളിൽ മായാതെ ഉപ്പുലായനിയിൽ കാലങ്ങളോളം ദ്രവിക്കാതെ അങ്ങനെ ജീവിക്കുകയാണ്. പിന്നീട് രാധികയെ വിവാഹം ചെയ്യുന്ന ക്രിസ്റ്റിയെ രാധിക ഓർത്തെടുക്കുന്നതും ഗന്ധങ്ങളിലൂടെയാണ്. 'പള്ളിയിലെത്തിയത് ഒരുച്ചനേരത്ത്. മുൻവാതിൽ അടഞ്ഞുകിടന്നു. പിന്നാമ്പുറത്തെ ചാരിയിട്ട വാതിൽ തള്ളിത്തുറന്ന് ക്രിസ്റ്റി അകത്തേയ്ക്കു നയിച്ചു. നീലയും പച്ചയും ജനാലച്ചില്ലുകൾ. വെള്ളിക്കുരിശിന്റെ തിളക്കം. ചാരുബെഞ്ചുകളുടെ പൂപ്പൽഗന്ധം'. സെമിത്തേരിയിലേക്ക് കൊണ്ടുപോകുന്ന ക്രിസ്റ്റിയെക്കുറിച്ചുള്ള ഓർമകളിലും ഗന്ധത്തിന്റെ ആവർത്തനങ്ങളുണ്ട്.

'ഏപ്രിലിലെ പൂക്കൾ മഴയിൽ കൊഴിഞ്ഞ് അഴുകിത്തുടങ്ങിയിരിക്കുന്നു. തുറന്ന ആകാശത്തിൽ ഉയരത്തിൽ പരുന്തുകൾ പറന്നു. വിജനമായിരുന്നു. നനഞ്ഞ കുന്തിരിക്കത്തിന്റെയും ചീഞ്ഞ തടിയുടേയും ഗന്ധമുണ്ടായിരുന്നു'.

പ്രകൃതിയുടെ ഗന്ധം രാധികയുടെ ഓർമകളുടെ ഗന്ധമായി മാറുന്നത് നോവലിലെ ആഖ്യാനപരമായ സവിശേഷതയായി അടയാളപ്പെടുത്താം.

കാമം-ഭ്രാന്ത്

ഉന്മാദവും രതിയും ഒരേ അവസ്ഥയുടെ രണ്ട് പുറങ്ങളാണ്. ക്രിസ്റ്റി ഐസക് ഒരു ഉന്മാദിയാണ്. ഉന്മാദം മാറ്റാനായി ഷോക്കടിപ്പിച്ചാണ് താൻ ഉന്മാദിയായി മാറിയതെന്ന് അയാൾ പറയുന്നു. മകളെ മരംവെട്ടുകാരന് എറിഞ്ഞു കൊടുത്ത രാധികയുടെ അച്ഛനും ഭ്രാന്തനായി കാലുകളിൽ ചങ്ങലയുമായി കഴിയുന്നു. മിന്നുകെട്ടിന് മുമ്പുള്ള തൊണ്ണൂറ്റി രണ്ടിലെ ക്രിസ്റ്റിയെ രാധിക ഇങ്ങനെ ഓർമ്മിക്കുന്നു. 'വല്ലാത്ത ശാന്തത, വല്ലാത്ത നിർമമത, വല്ലാത്ത കരുത്ത്, ഭയം തോന്നുന്ന കരുത്ത്' എന്നാൽ മിന്നുകെട്ടിനു ശേഷമുള്ള ആ സ്നേഹം ചാലിച്ചു ചേർത്തുനടത്തലിന്റെ അവസാനം അരിസ്റ്റോട്ടിൽ ക്രിസ്റ്റി രണ്ടാമന്റെ ജനിക്കും മുമ്പെയുള്ള ആ മര

ണം കൂടെ സന്നിവേശിപ്പിച്ചിട്ടുണ്ട്. വലിയ പൊട്ടിത്തെറിയും അതിനു മുമ്പുള്ള ശാന്തതയും, വളരെ പെട്ടെന്ന് പറഞ്ഞുതീർക്കുന്നു മീര. ഇനിയും ഷോക്കടിപ്പിച്ചാൽ എന്നെ തൊടുന്നവർക്കു കൂടി ഷോക്കടിക്കുമെന്ന് അയാൾ പറയുമ്പോൾ തെളിയുന്നത് നിസ്സഹായനായ ഒരു വയസ്സന്റെ മുഖമാണ്. 'ക്രിസ്റ്റി വൃദ്ധനായതു പോലെ തോന്നി. നീണ്ടു ചുരുണ്ട മുടി കൊഴിഞ്ഞിരുന്നു. കഷണ്ടി തുടങ്ങിക്കഴിഞ്ഞിരുന്നു. കണ്ണുകൾ പാതിയടഞ്ഞിരുന്നു. വല്ലാതെ തടിച്ചിരുന്നു. നോട്ടം വട്ടം ചുറ്റി.'

പോലീസ് സ്റ്റേഷനിൽ നിന്നിറങ്ങിയതു മുതൽ അച്ഛൻ ഭ്രാന്തനായി. അച്ഛൻ മുറിയിൽ നിന്നും പുറത്തിറങ്ങാതായി. കട്ടിലിൽ തിരിഞ്ഞും മറിഞ്ഞും കിടന്ന് എന്റെ പാർവതി എന്റെ പാർവതി എന്നു കരഞ്ഞു. അവസാനം അച്ഛനെ പൈങ്കുളത്തേക്കു തന്നെ കൊണ്ടുപോയി. ഷോക്കടിപ്പിച്ചിട്ടു തിരിച്ചുവരുമ്പോൾ അച്ഛൻ പാർവതിയോട് നിർത്താതെ സംസാരിച്ചു. ഷോക്കടിപ്പിക്കാൻ വൈകുമ്പോൾ എന്റെ പാർവതിയെവിടെ എന്നു ചോദിച്ച് അക്രമാസക്തനായി.

രാധികയുടെ ജീവിതത്തിലെ രണ്ടു പുരുഷന്മാർ അച്ഛനും കാമുകനും ഉന്മാദത്തിന്റെയും രതിയുടെയും വഴികളിലൂടെ സഞ്ചരിച്ച് രാധികയുടെത്തന്നെ ജീവിതത്തെ മറ്റൊരു ദിശയിലേക്ക് വഴി തിരിച്ചുവിട്ടവരാണ്. ഓർമയുടെ നാനാർത്ഥങ്ങളിൽ, കാമവും ഭ്രാന്തും മറവിയും വ്യത്യസ്ത നിറങ്ങളിലൂടെയും ബിംബങ്ങളിലൂടെയും ഗന്ധങ്ങളിലൂടെയും അവതരിപ്പിക്കുന്ന ആഖ്യാനസവിശേഷതയാണ് കെ.ആർ. മീരയുടെ നോവൽ മുന്നോട്ടു വയ്ക്കുന്നത്.

ഡോ. മെറിൻ ജോയ്

എൽത്തുരുത്ത് സെന്റ് അലോഷ്യസ് കോളേജിൽ മലയാളവിഭാഗം അസിസ്റ്റന്റ് പ്രൊഫസർ. മലയാളസിനിമയിലെ പ്രവാസാനുഭവം എന്ന വിഷയത്തിൽ കാലിക്കറ്റ് യൂണിവേഴ്സിറ്റിയിൽ നിന്നും ഡോക്ടറേറ്റ് ലഭിച്ചു. 'എഴുത്തും കാഴ്ചയും' എന്ന പുസ്തകം പ്രസിദ്ധീകരിച്ചിട്ടുണ്ട്.

Mob: 8281383753
ഇമെയിൽ: marinjoy1@gmail.com

❍❍

പ്രണയദംശനത്തിന്റെ കരിനീലവർണങ്ങൾ

രേഷ്മ വി. ബി.

പ്രണയഭാഷ്യം അതിന്റെ വ്യതിരിക്തതകളിലൂടെ സഞ്ചരിക്കുന്ന നോവലെറ്റാണ് കെ.ആർ മീരയുടെ കരിനീല. പെണ്ണകങ്ങളുടെ പ്രണയദംശനങ്ങൾ ഇവിടെ അനാവരണം ചെയ്യപ്പെടുന്നു. കേന്ദ്ര കഥാപാത്രമായ സ്ത്രീ ആഖ്യാതാവായി മാറി തന്റെ വൈകാരി കാവസ്ഥകളെ അവതരിപ്പിക്കുന്നതിലൂടെ കരിനീലയുടെ സഞ്ചാ രം ആരംഭിക്കുന്നു. വളരെ വിചിത്രമായ ഒരു പ്രേമാനുഭവമാണ് വിവരിക്കാൻ പോകുന്നതെന്നും സതി സാവിത്രിമാരും മര്യാദാപു രുഷോത്തമന്മാരും ഇതു വായിക്കരുതെന്നും ആമുഖമായി പറയു ന്ന ഈ നോവലെറ്റ്, ജന്മാന്തര പ്രണയത്തിന്റെ അദൃശ്യകരങ്ങളാൽ ബന്ധിപ്പിക്കപ്പെട്ട രണ്ടുപേരെ കേന്ദ്രീകരിക്കുന്നു. അവരങ്ങനെ കാലാന്തരങ്ങളിൽ പാമ്പായും ശലഭമായും മഞ്ഞായും മഴയായും തുടരുന്ന പ്രണയരൂപികളായി മാറുന്നു.

വിവാഹിതയും രണ്ടു കുട്ടികളുടെ അമ്മയുമായ അവൾ, അവ ളെന്ന സർപ്പത്തിന്റെ പ്രണയവിഷം പാനം ചെയ്യാൻ പ്രാപ്തിയു ള്ള മഹാദേവനെയാണന്വേഷിക്കുന്നത്. അവളുടെ പ്രണയദംശന ത്തിന്റെ നിറം കരിനീലയായിരുന്നു. സർപ്പമായവൾ മാറുന്നു. സർ പ്പത്തിന്റെ വീര്യമാണവളുടെ ആസക്തിക്ക്. കഥയിലുടനീളം സർ പ്പ ബിംബങ്ങളുടെ ആവർത്തനമുണ്ട്. സർപ്പങ്ങളെ പുനർജന്മത്തി ന്റെ പ്രതീകങ്ങളായി കാണാറുണ്ട്(1). ഇവിടെയും അവളെന്ന സർ പ്പം ജന്മാന്തരങ്ങളായി പ്രണയസാഫല്യത്തിനായി പുനർജനിച്ചി രിക്കുകയാണ്. സർപ്പത്തിന്റെ വിഷം മറുമരുന്നായും ഉപയോഗി ക്കാറുണ്ട്. ഇവിടെയാകട്ടെ അവളുടെ ദംശനം, അവളുടെ വിരഹ ത്തിനുള്ള മരുന്നാണ്.

തന്റെ ആഗ്രഹം പോലെയുള്ള വീട് തിരഞ്ഞവൾ നടക്കുക യാണ്. തന്റെ പ്രണയത്തിന്റെ രൂപത്തേയും കണ്ടുമുട്ടുമെന്നവൾ

പ്രത്യാശിക്കുന്നു. വിവാഹത്തിനു മുമ്പ് ഭർത്താവിനുണ്ടായിരുന്ന കരുതലും സ്നേഹവും വിവാഹശേഷം കാഴ്ച്ചക്കുറവും ഓർമ്മക്കുറവുമായിട്ടാണ് അവൾക്കനുഭവപ്പെടുന്നത്. പ്രായോഗിക ജീവിതവും സങ്കല്പവും തമ്മിലുള്ള വ്യത്യാസം ഇവിടെ പ്രകടമാകുന്നു. കൂടയിൽ അടച്ചിട്ട പാമ്പിന്റെ അവസ്ഥയാണവൾക്ക്. പച്ചമാംസത്തിൽ തീപ്പിടിക്കുന്ന അവളുടെ ആസക്തി ഒരു സന്യാസ രൂപിയിലാണ് അഭയം പ്രാപിച്ചത്. സ്വപ്നവീട് വാങ്ങിക്കാനായുള്ള ശ്രമത്തിനിടയിലാണ് ഇഷ്ട വീടിന്റെ ഉടമസ്ഥനായ സന്യാസിയിൽ തന്റെ 'പാതി'യെ കണ്ടെത്തുന്നത്. 'അർഹിക്കും വിധം സ്നേഹിക്കപ്പെട്ട ഏതു സ്ത്രീയുണ്ട് ഭൂമിയിൽ?' എന്നു ചോദിച്ചിരുന്ന ആഖ്യാതാവ് തന്റെ പ്രണയത്തെ സന്യാസിയിൽ കണ്ടെത്തുകയും തന്റെ വിഷപ്പല്ലുകളാഴ്ത്തി അയാളിൽ അവളുടെ പ്രണയവർണം പടർത്തുകയും ചെയ്തു.

നാടും വീടുമുപേക്ഷിച്ച് ആശ്രമത്തിലേക്ക് പോകുവാൻ തയ്യാറെടുത്തിരിക്കുന്നവനായിട്ടുള്ള ആ സന്യാസിയുടെ കുഞ്ഞിനെ ഗർഭം ധരിക്കാനവളുടെ മനസ്സും ശരീരവും അതിയായി ആഗ്രഹിച്ചു. പുരുഷൻ ശരീരം കൊണ്ടല്ല, ആത്മാവ് കൊണ്ടു ചുംബിക്കണം എന്നവൾ. അയാളുടെ വെള്ള മന്ദാരങ്ങൾ തന്റെ ചോര വീണു ചുവക്കുമെന്നവൾ സ്വപ്നം കണ്ടു. ഇത്തരത്തിൽ പ്രകൃതിയെ ലൈംഗികതയുമായി ബന്ധിപ്പിച്ചുകൊണ്ടുള്ള ഇമേജുകൾ ധാരാളമായിട്ടുണ്ട്. പ്രകൃതിയും സ്ത്രീയും ഒന്നാകുന്നു.സ്ത്രീയുടെ പ്രകൃത്യാലുള്ള ആഗ്രഹപൂർത്തികരണമാണ് കെ.ആർ. മീര ആഖ്യാനം ചെയ്യുന്നത്.

സ്വാഭാവികമായി സ്ത്രീയിലുള്ള പ്രണയാസക്തി സർപ്പത്തെപ്പോലെ ഫണമുയർത്തി നിലക്കൊണ്ടു.അവരുടെ സന്ദർശനങ്ങൾ പ്രണയകാമനകളുടെ വിഭിന്നതലങ്ങൾ പ്രകടമാക്കി. ആദ്യ സന്ദർശനത്തിലവളുടെ മാറിടവും അടിവയറും അയാളുടെ ബീജത്തെ സ്വീകരിക്കാനും കുഞ്ഞിനെ ഉദരത്തിൽ വളർത്താനും ആഗ്രഹിച്ചു. രണ്ടാമത്തെ സന്ദർശനത്തിലവൾ അയാളുടെ ചുണ്ടിൽ ദംശിക്കുന്നു. മൂന്നാമത്തെ സന്ദർശനത്തിലയാളിലെ ആത്മീയതയും വൈകാരികതയും സംഘട്ടനത്തിലേർപ്പെടുന്നു. അവസാനത്തെ സന്ദർശനത്തിലയാളുടെ ബീജത്തെ അവൾ സ്വീകരിക്കുകയും തുടർന്ന് ആത്മീയതയിലേക്കയാളെ വിടുകയും ചെയ്തു. ഈ അവസാന സമയത്ത് അവരുടെ യാത്രപറയൽ ആത്മാവിന്റെ സംവേദനങ്ങളിലൂടെയായിരുന്നു. അവളുടെ ആത്മാവാണയാളെ തേടിയിരുന്നത്.

പ്രകൃതിയും 'പച്ച'യും കഥാപാത്ര പ്രാധാന്യത്തോടെ നിലനിൽക്കുന്നു. സർപ്പക്കാവ്, പച്ചനിറമുള്ള ഇരുട്ട്, നാലുക്കെട്ട്, വൃക്ഷങ്ങൾ, വിഷം തീണ്ടിയ ആകാശം എന്നിവയെല്ലാം അവളുടെ പ്രണയ കാമനകൾക്ക് സാക്ഷികളായിരുന്നു. നാഗദന്തി, സർപ്പക്കാവ്, സർപ്പം, കരിനീല എന്നിങ്ങനെ സർപ്പങ്ങളുമായി ബന്ധപ്പെട്ട ബിംബങ്ങൾ കഥയിലുടനീളം ഫണമുയർത്തുന്നു. സർപ്പങ്ങൾ ലൈംഗീകതയെ പ്രതിനിധീകരിക്കുന്നുണ്ട്(2). സ്വയമൊരു സർപ്പമായി മാറുന്ന അവൾ ഇത് കഥയല്ല, അനുഭവമാണെന്ന് ആവർത്തിച്ചു പറയുന്നു. ഈ സംഭവങ്ങളെ മാറ്റിയെഴുതാനോ നിഷേധിക്കാനോ പറ്റാത്ത അനുഭവമായാണ് ആഖ്യാനം ചെയ്യുന്നത്.

വിവാഹം കഴിഞ്ഞാൽ ഭർത്താവിനോടല്ലാതെ മറ്റാരോടും പ്രണയം തോന്നരുതെന്നും കുഞ്ഞുങ്ങളെ സംരക്ഷിച്ചു ശാരീരികാവശ്യങ്ങൾ നിയന്ത്രിച്ചും ജീവിക്കേണ്ടവരാണ് സ്ത്രീകൾ എന്ന ചിന്താഗതികൾക്കെതിരെയുള്ള സർപ്പദംശനമാണ് കരിനീല. സ്ത്രീ തന്റെ ഓരോ ജന്മങ്ങളിലേയും പ്രണയം അന്വേഷിക്കുകയും സാഫല്യമടയുകയും ചെയ്യുന്നു. വിവാഹ ജീവിത യാഥാർത്ഥ്യങ്ങളും പെണ്ണകങ്ങളിലെ പ്രണയഭാവങ്ങളും യഥാതഥമായി അവതരിപ്പിക്കുകയാണിതിൽ. അവൾക്ക് പ്രണയം കരിനീലയാണ്. നീല, സമുദ്രത്തേയും ആകാശത്തേയും പ്രതീകവത്കരിക്കുമ്പോൾ അവളുടെ ആസക്തിയും അപ്രകാരം വിപുലമാണ്. സ്ത്രൈണതയുടെ സത്യസന്ധമായ ചിത്രണത്തോടൊപ്പം പുരുഷനോട് പരാതിയുന്നയിക്കുകയോ കലഹിക്കുകയോ ചെയ്യുന്നില്ല. സ്ത്രീയുടെ വികാരങ്ങളെ സ്ത്രീയിലൂടെ തന്നെ അനുഭവകഥനമായി ആവിഷ്കരിക്കുകയാണ്. തന്റെ പ്രണയ ബീജത്തെ സ്വീകരിച്ച് അതിൽ സംതൃപ്തിയടയുന്ന സ്ത്രീയുടെ വൈകാരികതയിലൂടെ പ്രണയായനം സംഭവ്യമാക്കുകയാണ് കെ.ആർ. മീര.

അടിക്കുറിപ്പുകൾ

1. Neel Burton M.D, The symbolism of nsakes, May11,2021, www.psychologytoday.com, U.S
2. ETIMES, Snakes and sexual energy, Dreamt of a nsake? Here's what it symbolises, Aug 8,2018, Times of India.

സഹായകഗ്രന്ഥം

1. മീര കെ. ആർ., മാലാഖയുടെ മറുകുകൾ കരിനീല, 2020, ഡി.സി ബുക്സ്, കോട്ടയം

മാസിക

1. അനു വി.എസ്., ആൺനോട്ടങ്ങളുടെ പെൺകാഴ്ചകൾ; കെ.ആർ മീരയുടെ 'കൃഷ്ണഗാഥ'യെപ്പറ്റി ഒരു പഠനം, ചെങ്ങഴി, ജനുവരി 1:1, 2019, ശ്രീശങ്കരാചാര്യ സംസ്കൃത യൂണിവേഴ്സിറ്റി, കാലടി

ആർട്ടിക്കിൾ

1. Snake as a symbol in medicine and pharmacy -a historical study , J Okuda et al. Yakushigaku Zasshi, 2000, National Library of Medicine, U.S

രേഷ്മ വി.ബി.

തൃശ്ശൂർ ജില്ലയിലെ കുന്നത്തങ്ങാടി സ്വദേശി. മലയാള സാഹിത്യത്തിൽ മഹാത്മാഗാന്ധി സർവകലാശാലയിൽ ഗവേഷണം ചെയ്യുന്നു. പന്തളം കേരളവർമ്മയും കൂട്ടുകവിത പ്രസ്ഥാനവും (ഭാഷ സാഹിത്യം: ബഹുസ്വരവായനകൾ), സ്ത്രൈണതയും ഇന്ദ്രിയബിംബങ്ങളും വി.എം. ഗിരിജയുടെ കവിതകളിൽ (കനവും വിളവും) എന്നീ പഠനങ്ങൾ പുസ്തകങ്ങളിൽ പ്രസിദ്ധീകരിച്ചിട്ടുണ്ട്.

Email: rechurvb@gmail.com

❍❍